தமிழகத்தில் சாதி உருவாக்கமும் சமூக மாற்றமும்
(பொ.ஆ. 800-1500)

நொபொரு கராஷிமா
எ. சுப்பராயலு

நியூ செஞ்சுரி புக் ஹவுஸ் (பி) லிட்.,
41-பி, சிட்கோ இண்டஸ்டிரியல் எஸ்டேட்,
அம்பத்தூர், சென்னை - 600 050.
☎ : 044 - 26251968, 26258410, 48601884

Language: Tamil
Thamizhagathil
Jathi Uruvaakkamum Samooga Mattramum (800 - 1500)
(Caste Formation and Social Change in Thamizrhagam (AD 800 - 1500)
Authors: **Noburu Karashima - Y. Subbarayalu**
First Edition: December, 2017
Fourth Edition: January, 2022
Fifth Edition: September, 2023
No. of pages: vi + 78 = 84
Copyright: Publisher
Publisher:
New Century Book House Pvt. Ltd.,
41-B, SIDCO Industrial Estate,
Ambattur, Chennai - 600 050.
Tamilnadu State, India.
email: info@ncbh.in
Online: www.ncbhpublisher.in

ISBN: 978-81-2343-645-6
Code No. A 3808
₹ **90.00**

Branches
Ambattur (H.O.) 044 - 26359906 **Spenzer Plaza (Chennai)** 044-28490027
Trichy 0431-2700885 **Pudukkottai** 04322- 227773 **Thanjavur** 04362-231371
Tirunelveli 0462-4210990, 2323990 **Madurai** 0452 2344106, 4374106
Dindigul 0451-2432172 **Coimbatore** 0422-2380554 **Erode** 0424-2256667
Salem 0427-2450817 **Hosur** 04344-245726 **Krishnagiri** 04343-234387
Ooty 0423 2441743 **Vellore** 0416-2234495 **Villupuram** 04146-227800
Pondicherry 0413-2280101 **Nagercoil** 04652-234990

தமிழகத்தில்
சாதி உருவாக்கமும் சமூக மாற்றமும் (பொ.ஆ. 800 - 1500)
ஆசிரியர்கள்: **நொபொரு கராஷிமா - எ.சுப்பராயலு**
முதல் பதிப்பு: டிசம்பர், 2017
நான்காம் பதிப்பு: ஜனவரி, 2022
ஐந்தாம் பதிப்பு: செப்டம்பர், 2023

அச்சிட்டோர்: **பாவை பிரிண்டர்ஸ் (பி) லிட்.,**
16 (142), ஜானி ஜான் கான் சாலை, இராயப்பேட்டை, சென்னை - 14
☎: 044-28482441

All rights reserved. No part of this book may be reprinted or reproduced or utilised in any form or by any electronic, mechanical, or other means, now known or hereafter invented, including photocopying and recording, or in any information storage or retrieval system, without permission in writing from the publishers.

முன்னுரை

இந்தச் சிறுநூல் பேராசிரியர் கராஷிமாவும் நானும் தனித்தனியாகவும் இணைந்தும் எழுதி வெளியிட்ட நான்கு கட்டுரைகளின் தொகுப்பு. சமூக வரலாற்றில் மிக்க ஆர்வமுடைய க.காமராசன் கட்டுரைகளைத் தொகுத்து நூலாக்கியுள்ளார். கராஷிமாவின் இரு கட்டுரைகளை (எண் 1, 3) அவரே மொழிபெயர்த்துள்ளார் என்பதும் குறிப்பிடத்தக்கது. பேராசிரியர் கராஷிமா மறைந்து ஈராண்டுகள் ஓடிவிட்டன. ஆயினும் அவருடைய வரலாற்றுப் படைப்புகள் தொடர்ந்து வரலாற்றார்வலர்களை ஈர்த்து வருவது உண்மை. இந்நூல் அவரின் செறிவான வரலாற்றாய்வுக்கு ஓர் எடுத்துக்காட்டு எனலாம். ஓம்படைக்கிளவிகள் பெரும்பாலான கல்வெட்டுகளின் இறுதியில் வருவதால், கல்வெட்டாய்வாளர்கள் அவற்றைப் பெரிதாகப் பொருட்படுத்தவில்லை. ஒரு சிலரே அவற்றின் வரலாற்று முக்கியத்துவத்தை உணர்ந்து குறிப்பிட்டுள்ளனர். அவற்றை விரிவாக ஆராய்ந்து, சமூக வரலாற்றுக்கு அவை தரும் புதிய ஒளியைக் கொடுத்துள்ள கராஷிமாவின் கட்டுரை, தமிழக வரலாற்று வரைவியலில் ஒரு திருப்பு முனையாக உள்ளது என்றால் தவறாகாது.

இக்கட்டுரைகள் நான்கும் கல்வெட்டுச் சான்றுகள் அடிப்படையில் எழுதப்பட்டவை. பொது ஆண்டு 800 முதல் 1500 வரை தமிழ்நாட்டுச் சமூக வரலாற்றின் சில கூறுகளை ஆராய்வதே இவற்றின் நோக்கம். கல்வெட்டுகளில் வரலாற்றுச் செய்திகள் சில வெளிப்படையாகவும் சில இலைமறைவு காய் மறைவாகவும் காணப்படும். அச்செய்திகளில் ஒரு சார்புத் தன்மையும் மிகுதியாக உண்டு. சமூகத்தில் ஆட்சியாளர், நிலஉடைமையாளர் போன்ற மேல்நிலையிருந்தவர்களைப் பற்றியே நிறைய செய்திகளுண்டு. மற்றவர்களைப் பற்றி நேரடியாக அல்லாமல் சுற்றி வளைத்தே அறிய முடியும். அச்செய்திகளின் நம்பகத் தன்மையை சரியான வரலாற்றுத் தத்துவங்களையும் முறையியலையும் வைத்தே உறுதி செய்ய முடியும். ஆகவே இக்கட்டுரைகளில் உள்ள சில

உண்மைகளைக் கருதுகோள் நிலையிலேயே பார்க்க வேண்டும். சிலவற்றை முடிந்த முடிபுகளாகக் கொள்ளலாம்.

தமிழ்ச் சமூகத்தில் சாதிமுறை எப்பொழுது தொடங்கியது, எப்படி வளர்ந்தது என்பதை ஓரளவு புரிந்து கொள்ள முடியும். கருதுகோள் அளவில் சுட்டப்படும் சில செய்திகளை மெய்ப்பிக்க மேலும் ஆராய வேண்டியுள்ளது. சட்டத்தின் முன் யாவரும் சமம் என்று கொண்டாடும் இன்றைய குடியாட்சிக் காலத்திலும் சாதி நிறுவனம் வேறு வேறு உருவத்தில் வெளிப்பட்டு பல அரசியல் மற்றும் சமூகப் பிரச்சினைகளை உண்டாக்கி வருவது கண்கூடு. சாதி உருவாக்கத்துக்கு மனுதர்ம பிராமணியக் கோட்பாட்டை ஒரு முக்கிய காரணியாகக் குறிப்பிட்டாலும், அடிப்படையில் பொருளாதாரமே ஒரு முக்கிய காரணியாக வரலாறு காட்டும். நிலவுடைமை ஒருவரின் சமூக நிலைப்பாட்டையும் அதிகாரத்தையும் நிர்ணயித்தது என்பதை இந்நூலில் தெளிவாக உணர முடியும். இடைக்காலச் சமூகத்தில் நிலவுடைமை எப்படி ஒரு சில சமூகப் பிரிவினருக்கே உரிமையாக இருந்தது, அதன் தொடக்கம் எப்பொழுது எவ்வாறு நிகழ்ந்தது என்ற கேள்விகளுக்கு கல்வெட்டுகளில் சான்றுகள் குறைவு. ஆனால் பத்தாம் நூற்றாண்டு முதல் நிகழ்ந்த பல்வேறு மாற்றங்களை ஓரளவு தெளிவாக அறிகிறோம். அம்மாற்றங்களில் சாதி வரலாற்றுக்கும் நிறையத் தொடர்புண்டு என்பதே இந்நூலின் மையக் கருத்து. இக்கருத்துத் தொடர்பான உரையாடலை மேலெடுத்துச் செல்லும் வகையில் இந்நூலைத் தொகுத்துதவிய காமராசன் அவர்களுக்கு என் நன்றி.

15-12-2017 எ.சுப்பராயலு
கோயம்புத்தூர்

பொருளடக்கம்

முன்னுரை — iii
1. தமிழ்நாட்டில் தீண்டாதார் — 1
2. சோழர் காலத்தில் சமூக மாற்றத்தின் சில தன்மைகள் — 14
3. புதிய ஓம்படைக்கிளவிகளின் எழுகையும் சாதி உருவாக்கமும் — 24
4. பதினைந்தாம் நூற்றாண்டுத் தமிழ்நாட்டில் ஓர் உழவர் கிளர்ச்சி — 46

நோக்கு நூற்பட்டியல் — 56

பின்னிணைப்பு:
நானும் எனது ஆய்வுகளும் - நொபொரு கராஷிமா — 60

இந்நூல் கட்டுரைகள் பின்வரும் நூல்களிலும் இதழ்களிலும் ஆங்கிலத்திலும் தமிழிலும் வெளிவந்தன :

பதினைந்தாம் நூற்றாண்டில் தமிழ்நாட்டில் உழவர் கிளர்ச்சி (ஆராய்ச்சி, மலர் 6: இதழ் 4. ஏப்ரல் 1983).

The Untouchable in Tamil Inscriptions and Other Historical Sources in Tamil Nadu (1997 H.Kotani (ed.) Caste system, Untouchability and the Depressed).

தமிழ்க் கல்வெட்டுகளிலும் பிற வரலாற்று ஆதாரங்களிலும் தமிழ்நாட்டில் தீண்டாதார் (புதிய ஆராய்ச்சி, இதழ் 6. ஜூலை-டிசம்பர் 2016).

New Imprecations in Tamil Inscriptions and Jati Formation (Mind over matter : essays on mentalities in medieval India. edited by D.N. Jha, Eugenia Vanina. New Delhi, India : Tulika Books, 2009/ Ancient to medieval South Indian society in transition, Noboru Karashima. Delhi ; Oxford : Oxford University Press, 2009).

பன்னிரண்டாம் பதிமூன்றாம் நூற்றாண்டுத் தமிழ்க் கல்வெட்டுகளில் புதிய ஓம்படைக்கிளவிகளின் எழுகையும் சாதிஉருவாக்கமும் (அகம் புறம், இதழ் 3. ஜூலை 2016).

சோழர் காலத்தில் சமூக மாற்றத்தின் சில தன்மைகள் (புதிய ஆராய்ச்சி, இதழ் 6. ஜூலை-டிசம்பர் 2016).

தமிழ்நாட்டில் தீண்டாதார்

சோழர் காலக் கல்வெட்டுகளில் வருகின்ற
தீண்டாதார் குடியிருப்புப் பகுதி

பொ.ஆ.985-இலிருந்து 1016 வரை ஆட்சி செய்த சோழ அரசன் முதலாம் ராஜராஜன் பாண்டிய அரசை வெற்றி கொண்டும், இலங்கையின் வட பகுதியைக் கைப்பற்றியும் அவனுடைய ஆட்சிப் பரப்பைக் காவேரிப் பள்ளத்தாக்குச் சமவெளிப் பகுதியிலிருந்து தீபகற்ப இந்தியாவின் தென் பகுதி முழுவதும் விரிவாக்கினான். இவ்வாறு சோழ அரசாட்சியின் பொற்காலமாக முதலாம் ராஜராஜன் ஆட்சிக் காலம் விளங்கியது. காவேரிச் சமவெளியின் தலைநகரான தஞ்சாவூரில் பெரிய சிவன் கோயிலைக் கட்டினான். அக்கோவிலின் சிவ வழிபாட்டிற்காக அவனுடைய ஆட்சிப் பரப்பு முழுவதும் சிதறி இருந்த பெரும் எண்ணிக்கையிலான கிராமங்களை வழங்கினான். ராஜராஜனுடைய 29ஆம் ஆட்சி ஆண்டைச் (பொ.ஆ.1014) சேர்ந்த இரண்டு தொடர்ச்சியான கல்வெட்டுகள் (தெஇக. 2:4-5), சோழப் பேரரசின் இதயப் பகுதியான சோழ மண்டலத்தின் 40 கிராமங் களிலிருந்து வரும் வருமானத்தை முதலாம் ராஜராஜன் நல்கியதை விவரித்துக் கோவில் கற்சுவரின் மீது பொறிக்கப்பட்டவை. அந்தக் கிராமங்களில் இறையிலி நிலங்களின் பரப்பு, இருப்பு பற்றிய விரிவான விவரணையில், பிற வகையான குடியிருப்புப் பகுதிகளுடன் சேர்த்து, தீண்டாச் சேரி பற்றிய குறிப்பையும் நாம் காண்கிறோம். தமிழில் 'சேரி' என்ற சொல் தெரு அல்லது குடியிருப்புப் பகுதி என்று பொருள்படுகிறது. அதனுடன் சேர்ந்து வந்துள்ள 'தீண்டா' என்பதற்குத் தொடக்கூடாத என்று பொருள். ஆகவே, முழுமையாகத் தீண்டாச்சேரி என்பது தீண்டாதாரின் குடியிருப்புப் பகுதி என்று பொருள்படுகிறது. தமிழ்க் கல்வெட்டு களில் தீண்டாதார் அல்லது தீண்டாமை பற்றிய வெகுசில நேரடியான குறிப்புகளில் ஒன்று, முதலாம் ராஜராஜனின் கல்வெட்டுகளில் தீண்டாச் சேரி என்ற சொல் பயன்பாடும் ஆகும்.

இது தீண்டாதார்கள் என்று கருதப்படுகின்ற குறிப்பிட்ட சில குழுமங்கள் பற்றிய குறிப்புகளிலிருந்து வேறுபட்டு உள்ளது.

இந்தக் கல்வெட்டுகள் பறைச் சேரி என்ற மற்றொரு குடியிருப்புப் பகுதியையும் குறிப்பிடுகின்றன. உறுதியாக, தமிழ்நாட்டில் தீண்டாச் சாதி என்று மிக நன்கு அறியப்பட்ட பறையர்களின் குடியிருப்புப் பகுதி என்பதே இதற்கு அர்த்தம். இந்த நீண்ட கல்வெட்டுகளில், ஆரம்பத்தில் உள்ள மெய்கீர்த்தியைத் தொடர்ந்து, வழங்கப்பட்ட ஒவ்வொரு கிராமத்திற்கான அரசக் கட்டளை உள்ளது. அதில் வழங்கப்பட்ட 40 கிராமங்களின் நல்கை குறித்த விவரிப்பும், கிராமத்தின் மொத்த பரப்பு, குடியிருப்புப் பகுதியும் கோயில் குளங்களும் இடுகாடும் இன்னும் அதைப் போன்ற பகுதிகளும் அடங்கிய இறையிலி நிலங்களின் மொத்தப் பரப்பு, இறை கட்டின நிலத்திலிருந்து வரியாக வசூலிக்கப்பட்ட வருவாய்த் தொகை, கிராமத்தின் மொத்தப் பரப்பிலிருந்து இறையிலி நிலத்தின் பரப்பைக் கழித்து மீதமிருக்கும் பரப்பு ஆகியவை பதிவு செய்யப்பட்டு உள்ளன. மேலும் தொடர்ந்து, அரசக் கட்டளைப்படி, சோழமண்டலத்தில் உள்ள 40 கிராமங்கள் பற்றிய விரிவான விவரணை உள்ளது (மேலும் இந்தக் கல்வெட்டுகள் பற்றி விரிவாக அறிந்துகொள்ள, கராஷிமா 1995 [1984:40-55] பார்க்க).

அந்த அரச ஆணை பொறித்துள்ள கல் உடைந்துள்ளதால், அவற்றில் குறிப்பிடப்பட்ட 40 கிராமங்களில், 33 கிராமங்கள் பற்றிய விவரங்களை மட்டுமே துல்லியமான அளவில் நம்மால் அறிந்துகொள்ள முடிகிறது. அந்த 33 கிராமங்களில் 20 கிராமங்களில் பறைச்சேரி பற்றிய குறிப்பு வருகின்றது. ஆகவே இதற்குப் பொருள், எல்லாக் கிராமங்களும் தம் எல்லைக்குள் பறைச் சேரியைப் பெற்றிருக்கவில்லை என்பது ஆகும். ஆயினும், அரச ஆணையில் பறைச் சேரி பற்றி வரும் குறிப்பானது, சோழ மண்டலத்தில் தானமாக அளிக்கப்பட்ட கிராமங்களில், பாதிக்கும் மேற்பட்டவற்றில் பறைச் சேரியின் இருப்பை மிக நன்கு எடுத்துக் காட்டுகிறது எனலாம். இதற்கு மாறாக, அந்த அரச ஆணையில் தீண்டாச் சேரி பற்றி குறிப்பு இல்லை. மேலும் தானமாக வழங்கப்பட்ட கிராமங்கள் குறித்த தனியான விவரணையில் எண்ணற்ற பிற விவரங்கள் குறிப்பிடப்பட்டிருந்த போதிலும்கூட, 33 கிராமங்களில் இரண்டில் மட்டுமே தீண்டாச் சேரி குறிப்பிடப்படுகின்றது. ஆகவே, தீண்டாச் சேரி இருப்பு பரவலாக இல்லை எனத் தோன்றுகிறது.

எவ்வாறாயினும், தீண்டாச் சேரிக்கும் பறைச் சேரிக்குமிடையே உள்ள உறவு தெளிவற்று உள்ளது. தீண்டாச் சேரியும் பறைச் சேரியும்

ஒன்றாகவும் ஒரே கிராமத்தில் குறிப்பிடப்படவில்லையானால், இவை இரண்டும் சாரத்தில் ஒன்றானவையே, பெயரில் மட்டும் வேறுபாடு உடையவை என்று கருதலாம். ஆனால், உண்மையில் இரண்டு கிராமங் களில் மட்டும் பறைச் சேரியுடன் தீண்டாச் சேரியும் இருந்துள்ளது. இது இவை இரண்டும் அடிப்படையில் வேறானவை என உணர்த்துகிறது. ஆயினும் தீண்டாச் சேரியில் வாழ்ந்த சமூகத்தினர்(கள்) யார் என நமக்குத் தெரியவில்லை.

தீண்டாதார் பற்றிய மற்றுமொரு அரிய குறிப்பு, பாண்டிச்சேரிக்கு அருகில் உள்ள பாகூரில் கண்டுபிடிக்கப்பட்ட முதலாம் ராஜேந்திரன் ஆட்சியில், பொ.ஆ.1028-இல் பொறிக்கப்பட்ட கல்வெட்டில் உள்ளது (இக. 1967/77-191). ஒரு சதுர்வேதி மங்கலத்தின் (பிராமணக் குடி யிருப்பின்) இந்தக் கல்வெட்டு, தீண்டாதாரைத் தவிர, உள்ளூர் பயிர் செய்வோர் அனைவரும் கிராமக் குளத்தைத் தூர் வாருவதற்காக ஆண்டுதோறும் கட்டாயமாக உழைப்பைத் தரவேண்டும் என்ற முடிவைப் பற்றிக் கூறுகிறது (இந்தக் கல்வெட்டை சம்பத் [1990:87-91] தன்னுடைய கட்டுரையில் பதிப்பித்துள்ளார். குளம் தூர் வாருவதிலிருந்து தீண்டாதார் விலக்கப்பட்டதற்குக் காரணம், அவர்கள் தூர் வாரினால் குளம் தீட்டாகி விடும் என்பதே ஆகும் என சம்பத் கருதுகின்றார்).

தீண்டாச் சேரி, தீண்டாதார் பற்றிய குறிப்புகள் இவ்வாறு உள்ள நிலையில், பிற்காலத்தில் தீண்டாதார் அல்லது அதற்கு இணையான நிலையில் உள்ளவர்கள் என்று கருதப்பட்ட பறையர் அல்லது பறைச் சேரி அல்லது இவர் போன்ற பிற குழுமங்கள் பற்றிய குறிப்புகள் கல்வெட்டுகளில் உள்ளபோதிலும்கூட, தமிழ்க் கல்வெட்டுகளில் தீண்டாமை பற்றிய நேரடியான குறிப்பு மிக அரிது. ஆகவே, பறையர், அதே அந்தஸ்தில் இருந்த மற்றொரு குழுமமான புலையர் பற்றி மேலும் கூடுதலாக ஆய்வு செய்ய வேண்டும். எவ்வாறாயினும், புலையர் என்னும் சொல் குறிப்பிட்ட குழுமத்தின் பெயராகப் பயன் படுத்தப்பட்டதா அல்லது தீண்டாதாரைக் குறிக்கும் பொதுப்பெயரா என்பது தெளிவாகவில்லை. செருமன்னுடன் புலையரை(னை) அடையாளப்படுத்தும் தர்ஸ்டன் (தொகுதி 2, 1909: 45ff), ஹுட்டன் (1961:78ff) ஆகியோரைப் பொறுத்தவரை, புலையர்/செருமன் கேரளத்தின், குறிப்பாகக் கேரளத்தின் வடக்குப் பகுதியில் வசிக்கும் தீண்டாதார் சமூகங்களில் ஒன்று. எவ்வாறாயினும், வேர்ச்சொல் ஆய்வியல் முறைப்படி, இந்தத் தமிழ்ச் சொல், கீழானவர் அல்லது தீட்டுப்பட்டவர் என்று பொருள்படுகிறது; தீண்டாதாரைக் குறிக்கவும்

பயன்படுத்தப்பட்டுள்ளது எனவும் தெரிகிறது. பெரிய புராணத்தின் ஓரிடத்தில் கீழானோர் எனப் பொருள்படும்படி பயன்படுத்தப் பட்டுள்ளது.

பறையர்களின் தொழிலும் சமூக மதிப்புறுநிலையும்

முதலில், சோழர் காலம் முதல் விஜயநகரப் பேரரசு வரையான காலகட்டத்தில் பறையர்கள் பெற்றிருந்த சமூக மதிப்புறுநிலை என்ன என்பதை ஆய்வு செய்கிறேன். வட ஆற்காடு மாவட்டத்தில் உள்ள பதிமூன்றாம் நூற்றாண்டு திருவொத்தூர்க் கல்வெட்டு (தெஇக. 7:118), நாடு ஆழ்வார் [நாட்டுத் தலைவர்] குடும்பத்தின் இரு சகோதரர் களிடையே ஏற்பட்ட மோதலைக் குறிக்கும்போது, அது தொடர்பாக அந்த வட்டாரத்தில் உள்ள எல்லா சமூகங்களையும் குறிப்பிடுகிறது. இது தொடர்பில், இந்தக் கல்வெட்டு எண்ணற்ற சமூகங்களைக் குறிப்பிட்டுள்ளது. ([வடதலை நாட்டவரும் தென்மலை நாட்டவரும் என்பது போன்று] சில நாட்டவர்களின் பெயர்களில் இடத்தைக் குறிக்கும் முன்னொட்டும் குறிப்பிட்டுள்ளதால்,) சாதிப் படிநிலை கொள்கை எந்த அளவுக்குப் பின்பற்றப்பட்டுள்ளது என்று வரையறுப்பதில் குழப்பம் இருந்த போதிலும், இந்தச் சமூகங்களை, சாதிப் படிநிலையில் தலை முதல் கடை வரை வைத்தெண்ணுதலைச் செய்துள்ளது எனத் தெரிகின்றது. இருப்பினும், இந்தக் கல்வெட்டு, பறையர்களைக் குறித்த உடனே அடுத்து பாணரையும், அதற்கடுத்து செக்கிலியரை(தோல் தொழிலாளர்களை)யும் குறிப்பிடுகிறது. பாணருக்கு மேலே வேடர், உவச்சர், மன்றாடி, சிவபிராமணர், கைக்கோளர், வாணிகர், செட்டிகள், மேலும் பல பெயர்களைக் காணமுடிகிற அதே வேளையில், செக்கிலியருக்குக் கீழே இறுதியாக உள்ள சாதியாக இருளரை மட்டுமே குறிப்பிடுகிறது.[1] இதிலிருந்து, பதிமூன்றாம் நூற்றாண்டில் பறையர் சமூக மதிப்புறுநிலை கடை நிலைக்கு அருகில் உள்ளது என நாம் அறிந்துகொள்ள இயலும்.

அரசாங்க அலுவலர்கள், பண்ணையார்கள் ஆகியோரை எதிர்த்து, அவர்களால் ஒடுக்கப்பட்ட உழவர்கள், கைவினைஞர்கள், வாணிகர்கள் ஆகிய தாழ்ந்த சமூகங்களின் புரட்சி[2]யைக் குறிப்பிடும் தஞ்சாவூர் மாவட்டத்தின் திருவைகாவூர், கொருக்கை ஆகிய இரு ஊர்களில் உள்ள இரு பதினைந்தாம் நூற்றாண்டு கல்வெட்டுகள் பல சமூகங்களைக் குறிப்பிடுகின்றன. அவ்வாறு குறிப்பிடும் வரிசை முறையானது, சாதிப் படிநிலையின்படி மேலிருந்து கீழாக அடுக்கி வரிசைப்படுத்துகிறது எனத் தோன்றுகிறது. பறையருக்குக் (கைவினை பறையருக்குக்) கீழே இறங்குமுக வரிசையில் சார்வக்காரர், ஈழம்புஞ்சை (கள்ளிறக்குவோர்)

ஆகியோரைக் காண முடிகிற வேளையில், மேலே ஏறுமுக வரிசையில் வண்ணார், நாவிதர், குயவர், பொற்கொல்லர், தச்சர், கருமான்கள், எண்ணெய்ச் செட்டிகள், கைகோளர், வாணிகர் இன்னும் பிறரை நாம் காணமுடிகிறது. இது பதினைந்தாம் நூற்றாண்டில் பறையர்கள் மிகக் கீழான சமூக மதிப்புறுநிலை அடைந்துவிட்டனர் என்பதை உறுதி செய்கிறது.

ஆரம்பக் காலத்தில் பறையர்கள் என்ன தொழிலை மேற்கொண்டிருந்தனர் என்ற கேள்வியும் எழுகின்றது. இந்த வகையில் நோக்குவதற்கு, கல்வெட்டுகளிலும் இலக்கியங்களிலும் பல வகையான தகவல்கள் கிடைக்கின்றன. முன்னர் குறிப்பிட்ட முதலாம் ராஜராஜனின் கல்வெட்டில் ‘உழப் பறையரிருக்கும் கீழைச்சேரியும்’, ‘உழப் பறையரிருக்கும் மேலைச் சேரியும்’ என்ற தொடர்களை இருபத்தெட்டுக் கிராமங்கள் குறித்த விவரணையில் கண்டோம். இதுவரை, 33 கிராமங்கள் பற்றிய விவரணையில் மட்டுமே இந்த வகையான தொடர்களைக் காணபதால், பொதுவாகப் பறையர்கள் நிலத்தை உழுதுவந்தார்கள் என்பதை உறுதியாகச் சொல்ல முடியவில்லை. எவ்வாறாயினும், உழவு செய்கிற பறையர்கள் என்பதற்கு மாறான தொடர்களையும் சில இடங்களில் நாம் தெளிவாகக் காணமுடிகிறது. திருவொத்தூர் கல்வெட்டு ஓம்படைக் கிளவியில் ‘குதிரைக்குப் புல்லு பறிக்கிற பறையர்’ என்ற தொடரைக் குறிப்பிடுகிறது. பன்னிரண்டாம் நூற்றாண்டின் ஒரு கல்வெட்டு (தெஇக. 1:64) வரிகளைக் குறிப்பிடும் போது ‘(ப)றைத் தறி’ என்பதைக் குறிப்பிடுகிறது. இது நெசவு மேற்கொண்டிருந்த பறையர்களின் இருப்பைத் தெளிவுபடுத்தும் குறிப்பாக இருக்கலாம். பதினைந்தாம் நூற்றாண்டின் ஆரம்ப கால விஜயநகரக் கல்வெட்டுகளில் பறைத் தறியும் குறிப்பிடப்படுகின்றது (இக. 1918:91; 1937-38:490). மேலே குறிப்பிடப்பட்ட திருவைகாவூர், கொருக்கை ஆகிய ஊர்களின் கல்வெட்டுகளில் பறையர்கள் பற்றிய குறிப்பு வரும் போது கைவினைப் பறையர் என்று குறிப்பிடப்பட்டதை மறுபடியும் இங்கு நினைவு கூரலாம்.

பன்னிரண்டாம் நூற்றாண்டில் சேக்கிழார் இயற்றிய சைவத் திருமுறையான பெரிய புராணத்தில் வரும் நாயன்மார் நந்தனார் பற்றிய கதை எமது அறிவுக்கு மேலும் துணை செய்கிறது. கொள்ளிடத்திற்கு அருகில் உள்ள ஆதனூருடன் இணைந்திருந்த புலைச் சேரியில் வாழ்ந்த நந்தனார் சிவன் மேல் கொண்ட ஆழ்ந்த பக்திக்காக அறியப்பட்டார். நீண்ட நாட்களாக, சிவனின் ஆனந்த நடனத்தை வழிபடுவதற்காக சிதம்பரத்தில் உள்ள நடராஜர் கோயிலுக்குப் போகும் விருப்பத்தை

அவர் கொண்டிருந்தார். எவ்வாறாயினும், கோயிலில் நுழைய முடியாத புலை[3]யனாகத் தான் பிறந்ததற்காக வருந்தி, நாளைப் போவோம் எனக் கூறிக்கொண்டு, தன் பயணத்தை அன்றாடம் தள்ளிப் போட்டு வந்தார். இந்தக் காரணத்தினால், அவர் திருநாளைப் போவார் என அறியப்பட்டார். ஆயினும் ஒருநாள் அவருடைய அச்சத்தை ஆவல் வெற்றி கொண்டது; சிதம்பரத்திற்குப் போவதற்குத் துணிவு கொண்டார். அவருடைய நீண்ட நாள் கனவு நனவாகியது; ஆனந்தக் கூத்தாடினார். ஆனால், கோயிலுக்குள் நுழைய அனுமதிக்கப்பட வில்லை என்பதால் வருந்தினார். மனம் கசந்து, கோவில் சுற்றுப் பிரகாரத்திற்கு வெளியே அழுது அரற்றினார்; பிறகு சிவன் கோயில் குருக்கள் முன் தோன்றி, தீ வளர்த்து, அதன் வழியாக நந்தனாரை வரவழைத்து, கருவறைக்குள் அனுமதிக்கும்படி கட்டளையிட்டார். நந்தனார் தீச்

சுவாலைக்குள் எந்தக் கஷ்டமுமின்றி நடந்துசென்று, நடராஜர் படிமத்தைக் கண்டு ஆனந்தக் கண்ணீர் வடித்தார். பிறகு, ஆனந்த நடனமாடும் சிவனின் தூக்கிய பாதத்தைப் பற்றி மறைந்தார் (Vidya Dehejie, *1988:173*).

கோயில் தாளக்கருவிகளுக்கான தோலும் வாரும், (யாழ், வீணை முதலிய) பல்வேறு இசைக் கருவிகளுக்கான நரம்புகள், இறைவனின் திருமெய்ப்பூச்சுக்கான கோரோசனை [பசுவின் வயிற்றிலிருந்து எடுக்கப் படும் மஞ்சள் நிறமுள்ள வாசனைப் பொருள்] ஆகிய பொருள்களைக் கடவுள் வழிபாட்டிற்காக அளித்து வந்ததே நந்தனார் செய்த சிவத் திருத்தொண்டு என்று சொல்லப்படுகின்றது. அவருடைய கிராமம் பற்றிய வருணனை பின்வருமாறு:

> வளம்கொழிக்கும் வயல்களையும் பூஞ்சோலைகளையும் மாட மாளிகைகளையும் பெருந்தனக் குடிகளையும் கொண்டது ஆதனூர். தொண்டூழியம் புரியும் உழவர் கிளை வாழும், சுரைக் கொடி படர்ந்துள்ள பழங்கூரையின் கீழ் உள்ள சிற்றில்களைக் கொண்ட புலைப்பாடி ஊருக்கு வெளியே உள்ளது. மண் குடிசையின் முன் தோல் வார்கள் இறைந்து கிடக்கின்றன; கோழிக்குஞ்சுகள் சுற்றித் திரிகின்றன; துறுதுறுவென்றிருக்கும் இரும்புக் காப்பு அணிந்த சிறார்கள் நாய்க்குட்டிகளுடன் விளையாடும்போது, அந்தக் குட்டிகளின் குரைப்பொலி அச்சிறார்கள் இடையில் கட்டியுள்ள மணிகளின் ஓசையில் மறைகிறது.

மருத மரங்களின் நிழலில், தோல் மேல் தன் மகவைக் கிடத்தி உறங்கச் செய்கிறாள் ஒரு உழத்தி; மாமரத்தின் கிளைகளில் பறைகள் தொங்குகின்றன. பனைமரத்து அடியில், நிலத்தின் மீது பன்றிக் குட்டிகள், பால் குடித்த பின்னர் அமைதியாக, மடியில் தலைசாய்த்துக் கிடக்கின்றன. காய்ப்புக் காய்ந்த கரங்கள் உடைய புலையர் அன்றாட வேலையைச் செய்யத் தொடங்குவதற்காக, விடியலுக்கு முன் சிவப்பு கொண்டைச் சேவல்கள் கூவுகின்றன. விரிந்த காஞ்சி மரத்தின் நிழலில், சுருண்ட கேசம் கொண்ட புலை மகளிர் நெல் குற்றும்போது பாடும் பாட்டு எங்கும் ஒலிக்கிறது. பொய்கைக் கரை எங்கும் மகிழ்ந்து திரியும் பறவைகளின் ஒலியுடன், அளவுக்கு மீறி கள் உண்டதால் தள்ளாடித் தளர் நடை நடந்த, தம் தலையில் குவளை மலர் சூடிக் கொண்டு, காதுகளில் நெல் மணிகளை அணிந்த புலைச்சியர் இசைத்த பறை இசையும் ஒலித்தது.

இப்படிப்பட்ட கடைஞர் (கீழ்நிலையினர்) குடியிருப்பில்தான், சிவன் தாள்களுக்கு மெய்யன்பு செலுத்திய மனிதர் தோன்றினார். அந்த மனிதர்தான், ஆதனூருக்குக் குலத் தொழிலால் சேவை செய்யும் உரிமையின் மூலம் ஜீவனம் செய்த, ஒப்புவமையில்லாத நந்தனார்... குலத் தொழில் உரிமையால் பெற்ற நிலப் பங்கின் மூலம் கிடைத்த வருவாயைச் சார்ந்து, அவருடைய வாழ்வு நடந்தது; பிறப்பினால் மேற்கொண்ட தொழிலின் வழிநின்று, தொண்டு புரிந்தார்... (Nilakanta Sastri, *1955:568-69)*[4]

இதற்குப் பிறகு, முன்னர் குறிக்கப்பட்ட அவர் செய்த சிவத் திருத்தொண்டும் சிதம்பரத்திற்குச் சென்ற கதையும் விவரிக்கப் படுகின்றது.

பெரிய புராணத்திலிருந்து மேலே மேற்கோள் காட்டப்பட்ட விவரணைகள், புலையர்களின் சொந்த ஜீவனத்திற்காக அவர்களுக்குக் கிராம நிலம் ஒதுக்கப்பட்டது என்பதை உணர்த்துகிறது. புலைப் பெண் களுக்கு வழங்கப்பட்ட உழத்தி (உழவன் என்பதின் பெண் பால்) சொல் பயன்பாடு, வேளாண்மையில் புலையர்களுடன் அவர்களும் பிணைந் திருந்தனர் எனத் தெரிவிக்கிறது. கிராமத்தின் உயர் சாதி மக்களின் எந்த ஆதாயத்திற்காக, எம்முறையில் வலுவந்தமாக அவர்கள் உழவில் ஈடுபடுத்தப்பட்டனர் என்பதில் தெளிவு இல்லை. புலையர்கள் சமூகத் தரநிலையில் கடைஞர் (கடைநிலையினர்) என்றும், தீட்டுப் பட்டவர்கள் என்றும் இந்தக் கதை விவரிக்கின்றது மிக முக்கியமான

மற்றொரு அம்சம் ஆகும். இந்தக் கதையில், இறுதியாக இறைவனின் கருணையினால் நந்தனார் கோயிலுக்குள் நுழைந்தாலும்கூட, தீச்சுவாலைகள் நடுவே நடந்து தூய்மைப்படுத்தப்பட்ட பின்னரே அனுமதிக்கப்பட்டார்.

கல்வெட்டுகளிலும் ஓலை ஆவணங்களிலும் அடிமைகளாகக் குறிக்கப்படும் தீண்டாதார்

இப்போது, பதினான்காம் நூற்றாண்டில் குறிப்பிடப்படும் அடிமை/அடியார் எனக் குறிக்கப்படும் பறையர்களையும் புலையர் களையும் நான் ஆராய முயலுகிறேன். திருச்சிராப்பள்ளி மாவட்டத்தின் திருப்பாலத்துறையிலிருக்கும் ஒரு கல்வெட்டு (தெஇக. 8:590), வெள்ளான், புலை அடியார்களை தானம் பண்ணிக் கொடுத்ததைப் பற்றி குறிப்பிடுகிறது. அந்தக் கல்வெட்டின்படி, [மாதேவர் நாச்சியார் மகள் பிறையாரும் இவள் மகன் சொக்கநாயனாரும் ஆகிய] ஒரு பெண்ணுக்கும் அவள் மகனுக்கும் [பெரிய வெண்மணி களத்தூருடையன் திருவக்கிரசுரமுடையான் மழவதரையன் என்ற] தலைவன் ஒருவன் ஒன்பது வேலி நிலமும் மனையும் மூன்று வெள்ளான் அடியாரையும், ஏழு புலை அடியாரையும் பரிசாகக் கொடுத்தான். அவள் அத் தலைவனின் வைப்பு எனவும், அவள் மகன் அத்தலைவனுடைய மகன் எனவும், அவளுக்கு அளிக்கப்பட்ட மனையில் தான் அவள் தன் மகனைப் பெற்றெடுத்தாள் எனவும் தெரிகின்றது (Karashima, 1992:124).

பெற்றோர், மகள், நான்கு மகன் என ஒரு குடும்பத்தைச் சேர்ந்த ஏழு புலையர்களின் பெயரும் பதிவாகியுள்ளது. முன்னர் நங்கை புரத்தில் பட்டத்தில் நின்றாராய் பண்ணை ஆளாய் இருந்த இவர்களை, அவர்களின் உடையானிடமிருந்து அரையன் விலைக்கு வாங்கினான். புலையர்கள் அடிமைகளாய் கைமாற்றம் செய்யப்பட்டதற்கு இது ஆதாரம் ஆகும். இதில் பெற்றோர்கள் பள்ளன், பள்ளி எனக் குறிப்பிடப் படுவதால், புலையர்களாய் பள்ளர் இருந்தனர் என்று கருதுவதற்கும் இடமளிக்கிறது எனலாம். எவ்வாறாயினும் இந்தக் கல்வெட்டின் இன்னொரு குறிப்பிடத் தகுந்த விடயம், உயர் சாதியான வெள்ளாளர்கள் ஒரு உடைமையாளனிடமிருந்து மற்றொருவனுக்கு அடிமைகளாய் கைமாற்றிக் கொள்ளப்பட்டது ஆகும்.

செங்கல்பட்டு மாவட்டத்தில் உள்ள திருக்கழுக்குன்றத்தில் இருக்கும் மற்றொரு கல்வெட்டு(இக. 1933:171), மூன்று வேலி நிலமும் மனையும் அடிமைகளும் விற்கப்பட்டதைக் குறிப்பிடுகிறது. அந்த அடிமைகளில் மூன்று பேர் வெள்ளாளர்; பதினாறு பேர் புலையர்.

மூன்று வேலி நிலத்தைப் பதினாறு புலையர் உழவு செய்தனர் என்ற திருக்கழுக்குன்றம் கல்வெட்டுத் தகவல் உண்மையாக இருக்குமானால், ஒன்பது வேலி நிலத்தை ஏழு புலையர்கள் மட்டுமே உழவு செய்தனர் என்ற திருப்பாலத்துறைக் கல்வெட்டுச் செய்தி அசாத்தியமானது எனத் தோன்றுகிறது. இந்தக் கல்வெட்டுகளில் குறிப்பிடப்படும் புலையர் களும் பறையர்களும் தோல் தொழிலை மேற்கொண்டிருக்கவில்லை, உழுதலையும் இன்னும் பிற வேளாண்மை வேலைகளையுமே மேற் கொண்டிருந்தனர் எனத் தெரிகின்றது.

இறுதியாக, சோழர், விஜயநகர காலகட்டங்களைவிட மிகப் பிந்தைய காலகட்டமான, பத்தொன்பதாம் நூற்றாண்டின் ஓலை ஆவணக் குறிப்புகளைப் பயன்படுத்திப் பள்ளர்களின் நிலைமையை ஆராய்கிறேன். தஞ்சாவூர், திருச்சிராப்பள்ளி மாவட்டங்களிலும் இவற்றுக்குத் தெற்கிலும், முதன்மையாக வேளாண்மையை மேற் கொண்டு வாழும் சமூகம் பள்ளர்கள் ஆவர். தர்ஸ்டன் (தொகுதி 5, 1909:472ff) குறிப்பின்படி, பொதுவாக அவர்கள் பறையர்களுக்கு இணையான சமூக மதிப்புறுநிலையையே பெற்றிருந்தனர்; ஆகவே அவர்கள் ஊரின் எல்லையில் (சேரியில்) வாழுமாறு கட்டாயப் படுத்தப்பட்டனர். 1979-81இல் திருச்சிராப்பள்ளி மாவட்டத்தில் இந்திய, ஜப்பான் ஆய்வாளர்கள் இணைந்து (தோக்கியோ, ஆசியா மற்றும் ஆப்பிரிக்க பண்பாடு மொழி குறித்த கற்கை நிறுவனத்தின் மறைந்த பேராசிரியர் ததாஹிகோ ஹர அவர்களின் தலைமையில், திருச்சிராப்பள்ளி மாவட்டக் கிராமப்புறங்களில் சமூகப் பண்பாட்டு மாற்றங்கள் என்னும் தலைப்பில்) மேற்கொண்ட கிராமப்புறப் பரப்பாய்வில், நெரிஞ்சலக்குடி கிராமத்திலிருந்து 64 ஓலை ஆவணங் களைக் கண்டுபிடித்தனர். அந்த 64 ஓலை ஆவணங்களில் ஏழு ஆவணங்கள் பள்ளர்கள் செய்துகொண்ட குத்தகை ஒப்பந்தங்கள் ஆகும் (சுப்பராயலு, 1991. எண்.38,39,41,46-49). மாந்துறையில் வசித்த பள்ளர்கள், குறிப்பிட்ட அளவு நெல்லும் இன்னும் பிற பொருட்களும் குத்தகை யாக அளிப்பதாக வாக்குறுதி அளித்து, கிராமத்தின் பண்ணையாரான மராத்தி பார்ப்பனர் இராமசந்திர ராயரிடமிருந்து கொஞ்சம் நிலத்தைக் குத்தகைக்குப் பெற்றனர். பள்ளர்கள், தன் சொந்த மனையில் வசிக்கும் பண்ணையாரின் பண்ணைப் பள்ளன் உள்ளிட்டு, பள்ளாடிச் சேரியில் (பள்ளர்களின் குடியிருப்பில்) வசித்துக் கொண்டிருப்பதாகக் கூறு கின்றனர். 'பண்ணைப் பள்ளன்' என்ற சொல், பிரிட்டிஷ் ஆவணங் களிலும் பிறவற்றிலும் குறிப்பிடப்படும் 'பண்ணையாள்' என்ற சொல் குறிக்கும் பொருளுக்கு ஒப்புமையுடையது. பண்ணையாள் என்பதற்குக்

'கட்டுண்ட பண்ணைத் தொழிலாளர்' என யானகி சவா தன்னுடைய ஆய்வில் கூறியுள்ளார்(*1996:30*).

நிலவுடைமையாளருக்குக் குறிப்பிட்ட அளவு தானியமும் பிறவும் அளிப்பதற்கு வாக்குறுதி அளிப்பது போன்ற ஓலை ஆவணங்களில் குறிப்பிடப்படும் கட்டுப்பாடுகளுக்கு உட்பட்டு, அவர்கள் நிலத்தைக் குத்தகை எடுத்தனர் என்ற மெய்மை, உண்மையில் பள்ளர்கள் அடிமைகள் அல்லர் குத்தகைதாரர்களே என்பதை வலியுறுத்துகிறது எனலாம். எவ்வாறாயினும், ஓர் ஆவணம் (எண்.*31*) இராமசந்திர ராயர் தம்முடைய அடிமைகளில் நான்கு பள்ளர்களை, அவர்களின் குடும்பங்களுடன் சேர்த்து, முந்தைய உடைமையாளரிடமிருந்து விலைக்கு வாங்கினார் என்று குறிப்பிடுகிறது. மற்றொரு ஆவணம்(எண்.*51*), இராமசந்திர ராயரின் பண்ணைப் பள்ளன், தன் மகனும், மகனுடைய குடும்பமும் அடிமையாக இருப்பதற்கும், பண்ணை அடிச்சு (பண்ணை வேலை செய்து) கொடுப்பதற்கும் ஒப்புகொண்டு, இராமசந்திர ராயரிடமிருந்து மகன் கல்யாணத்திற்காகக் கடன் வாங்கினார் எனக் குறிப்பிடுகிறது.

பத்தொன்பதாம் நூற்றாண்டின் தொடக்கத்தில் ரயத்துவாரி முறை தமிழ்நாட்டில் அறிமுகம் செய்யப்பட்டதுடன், *1843*-இல் அடிமையொழிப்புச் சட்டமும் இயற்றப்பட்டது. இவை அடிமை, பண்ணையாள் ஆகியோரின் வாழ்நிலைமைகளில் கட்டாயமாகச் சில மாற்றங்களை விளைவித்திருக்க வேண்டும். மேலே ஆய்வுக்குட்படுத்தப்பட்ட அந்த ஆவணங்கள், அந்த நூற்றாண்டில் அறிமுகமான புதிய சூழ்நிலைமைகளை ஓரளவிற்குப் பிரதிபலிக்கின்றன எனலாம். ஆனால், பதினான்காம் நூற்றாண்டின் புலையர் அடிமை, பறையர் அடிமை ஆகியோரிடமிருந்து பண்ணைப் பள்ளர்களின் வாழ்நிலைமைகள் அதிகம் வேறுபட்டிருப்பதாகத் தெரியவில்லை.

மேலதிகமாகச் செய்யவேண்டிய ஆய்வுகள்

தமிழ்க் கல்வெட்டுகள், இலக்கியப் பனுவல், ஓலை ஆவணங்கள் ஆகியவை ஆய்வு செய்யப்பட்டதன் மூலம் தீண்டாதார் என்று அழைக்கப்படுவோரின் ஆரம்ப கால வாழ்நிலைமைகள் தெளிவுறுத்தப்பட்டுள்ளன.

1. சோழர் காலத்தின்போது தீண்டாதார் என்று கருதப்பட்ட பல சமூகங்கள் இருந்தபோதிலும் அவர்கள் யார் என அடையாளம் காண எம்மால் இயலவில்லை

2. உழவு, புல் வெட்டுதல், தோல் தொழில், நெசவு உள்ளிட்ட கைவினைத் தொழில் மேற்கொண்டிருந்த பறையர்கள் சமூகத் தரநிலையில் அடிமட்டத்திற்கு நெருங்கிய நிலையில் இருந்தனர்

3. பறையர்களும் புலையர்களும் அடிமைகள் ஆக்கப்பட்டு, விற்கவும் வாங்கவும் பட்டனர். வெள்ளாளர்களும்கூட அடிமைகள் ஆக்கப்பட்டு விற்கவும் வாங்கவும் பட்டனர்

ஆகிய மூன்று விடயங்கள் உள்ளிட்டு, பல விடயங்களை இந்த ஆய்வின் மூலம் நம்மால் அறிந்துகொள்ள முடிந்தது. முடிவாக, சோழர் காலகட்டத்திலிருந்து, தீண்டாதார் என்று அழைக்கப்படுவோரின் வாழ்நிலைமைகள் அதிகம் மாற்றம் அடையவில்லை என்றாலும், மேலதிகமான ஆய்வுகளே, தென்னிந்தியாவின் நெடும் வரலாறு முழுவதிலும் அவர்களின் வாழ்நிலைமைகளைத் தெளிவுறுத்தும்.

அடுத்து மேற்கொள்ளப்படும் எந்தவொரு ஆய்வும் முதலில் சங்க இலக்கியத்தை முழுமையாக ஆராய்வது மிக அவசியம். இதில் சில சிக்கல்கள் விளைந்தாலும், வளர்ச்சியடைந்த நோக்குநிலையிலிருந்து சங்கப் பனுவல்கள் பற்றி கவனமான ஆய்வு மேற்கொள்ளப்பட வேண்டும். இரண்டாவது, முன்பு ஆய்வு செய்யப்பட்ட நந்தனார் போன்று, கோயிலுக்குள் நுழைய அனுமதிக்கப்படாத வைணவ பக்தர் திருப்பாணாழ்வார் பற்றிய ஆய்வும் அவசியம். இவை போன்ற மிக முக்கியமான பிற குறிப்புகள் மத்திய கால பக்தி இலக்கியங்களிலும் பிற இலக்கியங்களிலும் இருக்க வேண்டும். சங்க, பக்தி, இன்னும் பிற இலக்கியங்களிலிருந்தும் கல்வெட்டுகளிலிருந்தும் பெறப்படும் முடிவுகளை உன்னிப்பாக ஒப்புநோக்கி, தென்னிந்தியாவில் தீண்டாமைக் கருத்தாக்கத்தின் எழுகை அல்லது மாற்றம் பற்றிய எமது புரிதலை மேலெடுத்துச் செல்ல வேண்டும். அவசியமான பிரிட்டிஷ் ஆவணங்களும் ஆழ்ந்த கவனத்துடன் நன்கு ஆராய வேண்டும். இது குறித்த ஆரம்பநிலையிலான விவாதம் ஹனுமந்தன் நூலிலும் மிக்கேல் மோஃபத் நூலிலும்(1979:32-58) மேற்கொள்ளப் பட்டுள்ளன. மேலும், அராபிய, சீன, ஐரோப்பிய பயணிகள் குறித்து வைத்துள்ள அயல்நாட்டார் அவதானிப்புகளும்கூட மிக முக்கியமான தகவல்களை எமக்கு வழங்க இயலும். எடுத்துக்காட்டாக, கேரளத்தில் முக்குவர் 'தாழ்ந்த மனிதர்' என பதினைந்தாம் நூற்றாண்டில் பயணம் செய்த சீனப் பயணி தன் கொச்சி பற்றிய குறிப்பில் கொடுத்துள்ளார். (1970:133).

அடிக்குறிப்புகள்

1. இதையடுத்து உடனே 'அந்தணன் தலையாக அரிப்பன் கடையாக உள்ளுப்பட்ட அனைத்து சாதி மாற்க்கு' என தொகைப்படுத்திக் கொள்ளப்படுகிறது. 'பறையர்களின் ஒரு பிரிவினரே அரிப்பன்' என ஹனுமந்தன்(1979:163) குறிப்பிட்டிருந்தாலும், இருளருக்கும் அரிப்பனுமிடையே உள்ள தொடர்பு விளங்கவில்லை.

2. இந்தப் புரட்சியைப் பற்றி மேலும் அறிந்துகொள்ள இந்நூலில் உள்ள 'பதினைந்தாம் நூற்றாண்டுத் தமிழகத்தில் ஓர் உழவர் கிளர்ச்சி' என்ற கட்டுரையைக் காண்க.

3. பெரிய புராணத்தில் நந்தனார் தம் குடி ஊழியத்திற்காகப் 'பறைத் துடவை' என்னும் நிலத்தை அனுபவித்து வந்த புலையர் என வருணிக்கப்பட்டாலும், பொதுவாக நந்தனார் பறையர் என்றே குறிப்பிடப்படுகின்றார். வித்யா தேஹேஜியாவும்(1988), நீலகண்ட சாஸ்திரியும் (1955) நந்தனாரைப் பறையர் என்றே குறிப்பிடு கின்றனர்.

4. [கே.வி.இராமன் மொழிபெயர்த்துள்ள சோழர்கள் (NCBH, 2010) புத்தகத்தின் 744-45 பக்கங்களில் இப்பகுதியின் மொழியாக்கம் உள்ளது. ஆனால் அம்மொழி யாக்கத்தை இங்குப் பயன்படுத்த இயலவில்லை. கீழ்வரும் திருநாளைப் போவார் புராணத்தின் செய்யுள்களின் பொழிப்பே மேலே மேற்கோளாக ஆளப் பட்டுள்ளது - மொழிபெயர்ப்பாளர் குறிப்பு].

> பகர்ந்து உலகு சீர் போற்றும் பழைய வளம் பதியாகும்
> திகழ்ந்த புனல் கொள்ளிடம் பொன் செழுமணிகள் திரைக் கரத்தால்
> முகந்து தர இரு மருங்கும் முளரி மலர்க் கையேற்கும்
> அகன் பணை நீர் நல் நாட்டு மேற் காதாட்டு ஆதனூர்.

> நீற்று அலர் பேர் ஒளி நெருங்கும் அப்பதியின் நிறை கரும்பின்
> சாற்று அலைவன் குலை வயலில் தகட்டு வரால் எழப் பகட்டு ஏர்
> ஆற்று அலவன் கொழுக் கிழித்த சால் வழி போய் அசைந்து ஏறிச்
> சேற்று அலவன் கரு உயிர்க்க முருகு உயிர்க்கும் செழுங்கமலம்.

> நனை மருவும் சினை பொதுளி நறு விரை சூழ் செறி தளிரில்
> தினகர மண்டலம் வருடும் செழும் தருவின் குலம் பெருகிக்
> கனம் மருவி அசைந்து அலையக் களி வண்டு புடை சூழப்
> புனல் மழையோ மது மழையோ பொழிவு ஒழியா பூஞ்சோலை.

> பாளை விரி மணம் கமழும் பைங் காய் வன் குலைத் தெங்கின்
> தாள் அதிர மிசை முட்டித் தடம் கிடங்கின் எழப்பாய்ந்த
> வாளை புதையச் சொரிந்த பழம் மிதப்ப வண் பலவின்
> நீளம் முதிர் கனி கிழி தேன் நீத்தத்தில் எழுந்து உகளும்.

> வயல் வளமும் செயல் படு பைந் துடவை இடை வரும் வளமும்
> வியல் இடம் எங்கணும் நிறைய மிக்க பெருந்திருவின ஆம்

புயல் அடையும் மாடங்கள் பொலிவு எய்த மலிவு உடைத்தாய்
அயல் இடை வேறு அடி நெருங்கக் குடி நெருங்கி உளது அவ்வூர்.

மற்று அவ் ஊர்ப் புறம் பணையின் வயல் மருங்கு பெரும் குலையில்
சுற்றம் விரும்பிய கிழமைத் தொழில் உழவர் கிளை துவன்றிப்
பற்றிய பைங்கொடிச் சுரை மேல் படர்ந்த பழம் கூரை உடைப்
புல் குரம்பைச் சிற்றில் பல நிறைந்து உளது ஓர் புலைப்பாடி.

கூர் உகிர் மெல் அடி அலகின் குறும் பார்ப்புக் குழுச் சுழலும்
வார் பயில் முன்றிலில் நின்ற வள் உகிர் நாய்த் துள்ளு பறழ்
கார் இரும்பின் சரி செறிகைக் கரும் சிறார் கவர்ந்து ஓட
ஆர் சிறு மென் குரைப்பு அடக்கும் அரைக்கு அசைத்த இருப்பு மணி.

வன் சிறு தோல்மிசை உழத்தி மகவு உறக்கும் நிழல் மருதும்
தன் சினை மென் பெடை ஒடுங்கும் தடம் குழிசிப் புதை நீழல்
மென் சினைய வஞ்சிகளும் விசிப் பறை தூங்கு இன மாவும்

புன் தலை நாய்ப் புனிற்று முழைப் புடைத்து எங்கும் உடைத்து எங்கும்.
செறி வலித் திண் கடைஞர் வினைச் செயல்புரிவை கறை யாமக்
குறி அளக்க உளைக்கும் செங் குடுமி வாரணச் சேக்கை
வெறி மலர்த் திண் சினைக் காஞ்சி விரி நீழல் மருங்கு எல்லாம்
நெறி குழல் புன் புலை மகளிர் நெல் குறு பாட்டு ஒலி பரக்கும்.

புள்ளும் தண் புனல் கலிக்கும் பொய்கை உடைப் புடை எங்கும்
தள்ளும் தாள் நடை அசையத் தளை அவிழ் பூங்குவளை மது
விள்ளும் பைங்குழல் கதிர் நெல் மிலைச்சிய புன் புலைச்சியர்கள்
கள் உண்டு களி தூங்கக் கறங்கு பறையும் கலிக்கும்.

இப்படித்து ஆகிய கடைஞர் இருப்பின் வரைப்பினின் வாழ்வார்
மெய்ப்பரிவு சிவன் கழற்கே விளைத்த உணர்வு ஒடும் வந்தார்
அப்பதியில் ஊர்ப் புலைமை ஆன்ற தொழில் தாயத்தார்
ஒப்பு இலவர் நந்தனார் என ஒருவர் உளர் ஆனார்.

பிறந்து உணர்வு தொடங்கிய பின் பிறைக் கண்ணிப் பெருந்தகைபால்
சிறந்த பெரும் காதலினால் செம்மை புரி சிந்தையராய்
மறந்தும் அயல் நினைவு இன்றி வரு பிறப்பின் வழி வந்த
அறம் புரி கொள்கையராயே அடித்தொண்டின் நெறி நின்றார்.

ஊரில் விடும் பறைத் துடவை உணவு உரிமையாக் கொண்டு
சார்பில் வரும் தொழில் செய்வார் தலை நின்றார் தொண்டினால்
கூர் இலைய முக் குடுமிப் படை அண்ணல் கோயில் தொறும்
பேரிகையே முதல் ஆய முகக் கருவி பிறவினுக்கும்.

போர்வைத் தோல் விசி வார் என்று இனையனவும் புகலும் இசை
நேர் வைத்த வீணைக்கும் யாழுக்கும் நிலை வகையில்
சேர் உற்ற தந்திரியும் தேவர் பிரான் அர்ச்சனை கட்டு
ஆர்வத்தின் உடன் கோரோசனையும் இவை அளித்து உள்ளார்.

சோழர் காலத்தில் சமூக மாற்றத்தின் சில தன்மைகள்

சாதி இன்று இந்தியா முழுவதும் சமூகத்தில் இறுகிப்போன ஒரு கூறாக உள்ளது. தமிழ்ச் சமூகமும் இதற்கு விதிவிலக்கு அல்ல. இந்தச் சாதிச் சமூகம் காலங்காலமாக இப்படியே இருக்கவில்லை. இதன் வரலாற்றுப் பின்னணியைப் பார்த்தால் இது காலந்தோறும் மாறி வந்துள்ளது என்பது புரியும். தமிழ்நாட்டைப் பொறுத்தவரை இடைக்காலச் சோழர் காலத்தில், அதாவது பொ.ஆ. 10-13ஆம் நூற்றாண்டுகளில்தான் சாதி ஒரு சமூக நிறுவனம் என்ற வகையில் ஓரளவு முழுமையடைந்தது என்பதற்குக் கல்வெட்டுச் செய்திகள் சான்று பகர்கின்றன.

சோழர்காலக் கல்வெட்டுகளில் அரச குடும்பத்தினர், அரசு அலுவலர், வட்டாரத் தலைவர், ஊர்மன்ற உறுப்பினர், வேளாண் குடிகள், கைவினைஞர் என்று பலர் பல சூழ்நிலைகளில் காட்சி தருகிறார்கள். இவர்களுள் ஒரு பகுதியினரைக் கொடையாளி களாகவும், இன்னொரு பகுதியினரைக் கொடை பெறுபவர்களாகவும் பிரிக்கலாம். இவர்களில் பலர் சபையார், ஊரார் முதலிய குழுக்களாகக் காணப்படுகின்றார்கள். அவர்களை நீக்கிவிட்டு தனித்த நிலையில் இயங்கும் பேர்களை மட்டும் பகுத்தாய்ந்தால், அவர்கள் சார்ந்த சமூக நிலைகளைப் பற்றி ஓரளவு அறியலாம். இவர்களுள் சிலருக்கு இவர் களுடைய சமூகப் பிரிவை அடையாளம் காணும் வகையில் மன்றாடி, வெள்ளாளன், சிவப்பிராமணன் போன்ற அடைகள் கொடுக்கப் படுகின்றன (Noboru Karashima, Subbarayalu and Toru Matsui, 1978: Introduction). இவ்வடைகளைப் பயன்படுத்தி சோழர் காலத்தில் செல்வாக்குடன் இருந்த பேர்களை இனம் அல்லது சமூகப் பிரிவு வாரியாகத் தொகுத்தால் கீழ்வரும் அட்டவணை கிடைக்கிறது.

	காலகட்டம்				
இனம்	(1) 850-985	(2) 985-1070	(3) 1071-1178	(4) 1179-1279	மொத்தம்
1. மன்றாடி /இடையர்	58	98	105	41	302
2. பிராமணர்	60	18	25	7	110
3. வெள்ளாளர்	26	18	21	11	76
4. வணிகர்	23	28	5	16	72
5. பள்ளி	—	11	39	1	51
6. வேட்கோ (குயவர்)	6	12	1	1	20
7. கண்மாளர்	5	10	7	1	23

இவ்வட்டவணையில் உள்ள இனங்களைத் தவிர மற்ற இனங்கள் பற்றி மிகக் குறைந்த குறிப்புகளே கிடைக்கின்றன. அட்டவணைப்படி மன்றாடி இனம் மிகுந்த செல்வாக்குடன் இருந்தது என்று தோன்றும். ஆனால் இவ்வினத்தவர் பெரும்பாலும் கோயில் ஆடு மாடுகளைக் கொடை பெற்று அவற்றைப் பேணுபவர்களாகவே வருகிறார்கள். கொடையாளிகள் என்ற நிலையில் பிராமணர், வெள்ளாளர், வணிகர் ஆகியோர் பரவலாகக் காணப்படுகிறார்கள். பிராமணர் முதற் காலகட்டத்தில் நிறைய காணப்படுகிறார்கள். அதற்குப்பின் இறங்கு முகமாக உள்ளார்கள். பள்ளிகள் இரண்டாம் காலகட்டத்திலேயே கல்வெட்டுகளில் தோன்றுகிறார்கள். மூன்றாம் காலகட்டத்தில் அவர்கள் கூடுதலாக உள்ளார்கள். மேலும், அவர்கள் தென்னார்க்காடு, செங்கல்பட்டு மாவட்டங்களிலேயே மிகுதியாகக் காணப்படு கிறார்கள். வணிகர்களைப் பொறுத்தவரை, சாலியர், சங்கரப் பாடியார் முதலிய ஒன்றுக்கு மேற்பட்ட பிரிவுகளாக இருந்தார்கள் என்பதையும் குறிப்பிட வேண்டும். மட்கலஞ் செய்வோரான வேட்கோக்கள் முதலிரண்டு காலகட்டங்களில் ஊர் அல்லது சபைக் கணக்கர்களாக இருந்து பின்கட்டங்களில் மிகக் குறைந்துவிடுகிறார்கள். ஆகவே எல்லா வகையிலும் பரவலாக முதன்மையிடத்தை வகித்த இரு இனங்கள் பிராமணரும், வெள்ளாளரும் என்று சொல்ல வேண்டும். இதை வேறு சில சான்றுகளும் உறுதி செய்யும். நிலவரி வசூல் போன்ற சூழ்நிலைகளில் பெரும்பாலும் இவர்கள் தனித்துச் சுட்டப் படுகிறார்கள். பதினோராம் நூற்றாண்டு முடிய உள்ள செப்பேடுகளில் நிலக்கொடை பற்றிய அரச ஆணைகள் பெறுபவர்களுள் முதன்மை நிலையில் நிற்பவர்கள் பிரமதேயக் கிழவர்கள் அதாவது பிராமண

நிலக்கிழார்கள் மற்றும் வேளாண் நிலக்கிழாரான நாட்டாருமே யாகும் (தெஇக.19: 63; தெஇக.3: பக்கம் 402). மேலும் இவர்கள் சோழ அரசு அலுவலர் பதவிகளில் முறையே பிரமராயன், மூவேந்த வேளான் ஆகிய பட்டங்கள் பெற்று முக்கிய இடத்தை வகித்தார்கள் என்பதையும் குறிப்பிட வேண்டும் (Noboru Karashima, Subbarayalu and Toru Matsui, 1978; நொபொரு கராஷிமா, 1995: 82 - 85). ஆகவே இந்த அட்டவணை ஓரளவு சோழர் காலச் சமூகத்தின் படிநிலைகளை எதிரொலிக்கிறது என்பதில் தவறிருக்காது.

வைதிகச் சடங்குகள் செய்பவர் என்ற முறையிலும், கோயில் பூசைகளோடு நெருங்கிய தொடர்பு கொண்டவர்கள் என்ற முறையிலும் பிராமணர்கள் முதலிடத்தைப் பெற்றார்கள். இந்த சடங்கு வழியான தகுதியை அவர்களுடைய நிலவுடைமை மேலும் கூட்டியது. குறிப்பாக பிரமதேய ஊர்களில் பிராமணருக்கு அடுத்தபடியாகவே மற்ற யாவரும் மதிக்கப்பட்டார்கள். முதல் இராசராசன் கல்வெட்டு ஒன்று பிராமண ஊர்களில் ‘பிராமணருக்குக் கீழ்ப்பட்ட ஜாதிகளில்’ உள்ளோர் தங்கள் காணிகளை விற்றுவிட வேண்டும் என்ற அரச ஆணையை ஏந்தியுள்ளது (தெஇக.5:1409). பிற இடங்களிலும் இந்த நிலையிருந்தது என்பதற்குச் சில சான்றுகள் உள்ளன. செங்கம் கல்வெட்டு ஒன்று 1278இல் ‘அந்தணர் தலையாக அரிப்பன் கடையாக’ அனைத்துச் சாதிகளும் பற்றிப் பேசுகிறது (தெஇக.7:118). பிராமண நிலக்கிழார்கள் கொண்ட ஊர் நிர்வாக மன்றம் சபை எனப்பட்டது. பரம்பரையாக நிலவுடைமையாளர்களாக இருந்த வெள்ளாளர்கள் அடுத்த படிநிலையில் இருந்தார்கள். இவர்களுடைய ஊர்கள் வெள்ளான்வகை அல்லது வேளாண் ஊர்கள் என்றும் ஊர் மன்றங்கள் ஊரார் எனவும் அழைக்கப்பட்டன. வணிகர்கள் குறைந்த எண்ணிக் கையில் இருந்தாலும் தம் தொழிலால் செல்வவளம் பெற்றவர்களாகவும் நிலவுடைமையாளர்களாகவும் இருந்தார்கள். வணிக ஊர்கள் நகரம் என்று அழைக்கப்பட்டன. அவ்வூர்களின் மன்றங்கள் நகரத்தார் எனப் பட்டன. பல ஊர்கள் சேர்ந்த நிலத்தொகுதி நாடு அல்லது சுற்றம் ஆகும். நாடுகளின் நிர்வாக அமைப்பு நாட்டார் என்று அழைக்கப் பட்டது. நாட்டார் அவ்வந்நாட்டு வேளாண் ஊர்களின் பெரு நிலக்கிழார்களின் கூட்டமைப்பு, அதாவது ஊராரின் தலைமையமைப்பு ஆகும் (Subbarayalu, 2012:124&37).

கலனை அல்லது கீழ்கலனை என்ற சொல் சமூகப் படிநிலையில் நிலவுடைமையாளரைச் சார்ந்து அடுத்த படிநிலையில் இடம்பெற்ற

இனங்களைக் குறிக்கப் பயன்படுத்தப்பட்டது. 1036இல் பொறிக்கப் பட்ட ஒரு சிதம்பரம் கல்வெட்டு (தெஇக.4:223) வியாபாரிகள், வெள்ளாளர், சங்கரப்பாடியார், சாலியர், பட்டினவர் ஆகியோரைக் குடிகள் என்றும், தச்சர், கொல்லர், தட்டார், கோலியர் ஆகியோரைக் கீழ்கலனைகள் என்றும் குறிப்பிடுகிறது. சில பத்தாம் நூற்றாண்டுக் கல்வெட்டுகள் மன்றாடிக் கலனையாரைச் சுட்டுகின்றன. இன்னொரு கல்வெட்டு பன்னிரண்டு கலனையைச் சுட்டுகின்றது. கலனை என்ற சொல்லுக்குக் கலப்புச் சாதி என்று பொருள் கொண்டு கே.வி.சுப்பிர மணிய அய்யர் கீழ்கலனை தர்மசாஸ்திரங்கள் கூறும் அனுலோம சாதிகளைக் குறிக்கும் என்று கருத்து வெளியிட்டுள்ளார் (Subrahmanya Aiyer, 1967). இக்கருத்து பொருத்தமானதாகப் படவில்லை. ஒன்று, தர்மசாஸ்திரங் கூறும் அனுலோமர் மற்றும் பிரதிலோமர் சாதிகள் பெரும்பாலும் கற்பனை அடிப்படையில் அமைந்தவை (J.Duncan, M.Derrett 1971: 32&56). இந்தத் தர்மசாஸ்திரக் கொள்கையை ஓரிரண்டு கல்வெட்டுகள் குறிப்பிடுகின்றன என்பது உண்மைதான். கண்மாளர் போன்றோர் தாங்கள் இருபிறப்பாளர் என்பதை நிலைநாட்ட இக் கொள்கையைச் சிலபோது கையாண்டதாகத் தெரிகிறது (மேலது, மற்றும் தெஇக. 17:603, இக. 1908:479). இருப்பினும் அனுலோமர் என்ற சொல்லுக்கு மாற்றாக கீழ்கலனை அக்கல்வெட்டுகளில் ஆளப்படவில்லை.

சோழர்கால சமூக மாற்றங்களைப் புரிந்துகொள்ள அக்கால அரசியல் மாற்றங்களையும் ஆராயவேண்டும். ஒன்பதாம் நூற்றாண்டின் பிற்பாதியில் தொடங்கிய சோழராட்சி முதலில் தஞ்சாவூர் மாவட்டத்தி லேயே நிலை கொண்டிருந்தது. அடுத்த ஒரு நூற்றாண்டில் வட தமிழ்நாட்டின் பெரும் பகுதியைத் தன்கீழ்க் கொண்டுவர சோழ அரசு முயற்சி செய்தது. முதல் இராசராசன் ஆட்சிக் காலந்தொடங்கி, இம் முயற்சி தமிழ்நாட்டுக்கு அப்பாலும் பரவுகிறது. பதினோராம் நூற்றாண்டு முழுவதும் சாளுக்கியர், பாண்டியர், சேரர், கீழைக்கங்கர், இலங்கை அரசர் என்று பல அரசுகளோடு பெரும் போர்கள் பல நடந்தன. இப்போர் நடவடிக்கைகளால் சமூகத்தில் நேரடியாகவும் மறைமுகமாகவும் மாற்றங்கள் ஏற்பட்டிருக்கவேண்டும். நிலத்தில் சமூக உடைமை போய் தனியுடைமை வளர்வதற்கு இப்போர்கள் ஒரு முக்கியக் காரணியாக அமைந்தன என்பது பேராசிரியர் கராஷிமா அவர்கள் கருத்து (1995:82-85). இன்னொரு இணைவிளைவு மக்கட் பெயர்ச்சியாகும். ஒன்பதாம் நூற்றாண்டு வரை சிறிய அளவில் நடந்து வந்த மக்கட் பெயர்ச்சி 10-11ஆம் நூற்றாண்டுகளில் பெருமளவில் நடக்க வாய்ப்பேற்படுகிறது. தமிழ் வீரர்கள், வணிகர்கள் முதலியோர்

வெளியே சென்றனர். காட்டாக, கோலார் மாவட்டத்தில் ஆவனி முதலிய இடங்களில் உள்ள கல்வெட்டுகள் தொண்டை மண்டல நிலக்கிழார் அம்மாவட்டத்தில் குடியேறியதை மறைமுகமாகத் தெரிவிக்கின்றன (Subbarayalu, 2012:260, fn 38). வெளியிடங்களிலிருந்து பலர் தமிழ்நாட்டுக்குள் வந்தனர். தமிழ்நாட்டுக்குள்ளேயும் பெயர்ச்சி பரவலாக இருந்தது. சோழ அரசின் அலுவலர்கள் நாடு முழுவதும் சென்று வந்தனர். எல்லாவற்றுக்கும் மேலாக அதுவரை அரசுகளின் தாக்கத்துக்கு ஆளாகாமல் ஒதுங்கியிருந்த பல இனத்தவர் சோழ அரசால் ஈர்க்கப்பட்டு அரசியல்மயப்படுத்தப்பட்டார்கள். சோழரின் பெரும்படையில் சேர்ந்த பலர் முதன் முறையாக அரசியலுக்கும், சமவெளிப் பண்பாட்டுக்கும் அறிமுகமானார்கள்.

இந்த வகையில் சோழப்படைக்கு ஈர்க்கப்பட்ட ஒரு போர்மரபு இனம் பள்ளி ஆகும். சோழர் படையில் வில்லிகள் அதாவது வில்வீரர் பிரிவில் இவர்கள் மிகுதியாகச் சேர்க்கப்பட்டார்கள். தென்னார்க்காடு மாவட்டத்தில் இவ்வில்லிகள் படை பல இடங்களில் காணப்படுகிறது (தெஇக.17:204,249). நாளடைவில் பள்ளிகள் நிலக்கிழார்களாக மாறினார்கள் என்று தெரிகிறது. இதற்குச் சான்றாக, பெரம்பலூர் வட்டம் ஆடுதுறையில் உள்ள 1318-இல் எழுதப்பட்ட ஒரு கல்வெட்டைக் காட்டலாம் (இக. 1913:35). இக்கல்வெட்டு பல மண்டலங்களைச் சேர்ந்த பன்னாட்டார் அல்லது பள்ளி நாட்டார் கூடிச் செய்த முடிவு பற்றியது. அதற்கு இருநூறு ஆண்டுகளுக்கு முன் விக்கிரம சோழன் காலத்தில் 1122இல் நடந்த ஒரு சண்டையில் உள்ளூர்க் கோயிலில் இருந்த தெய்வத் திருமேனிகளை எதிரிகள் எடுத்துச் சென்றதாகவும், அதைச் சில பள்ளிகள் பெருமுயற்சி செய்து திருப்பிக் கொண்டுவந்து சேர்த்தார்கள் எனவும், மீண்டும் கோயில் பூசை நடக்க தங்களுக்குள் குடிதோறும் ஒரு தொகை வசூலித்துக் கொடுக்க ஏற்பாடு செய்தார்கள் எனவும் அக்கல்வெட்டு கூறுகிறது. இப்படிச் செய்தவர்கள் அவரவர் ஊரில் காணி (நிலம்) உடைய பள்ளிகளாக இருந்தார்கள் என்று குறிக்கப்படுகிறது. இருப்பினும் அவர்கள் போர்மரபுப் பாரம்பரியத்தைக் கல்வெட்டின் இறுதிப்பகுதி தெளிவாக நினைவுபடுத்துகிறது. முன் செய்த ஏற்பாட்டைத் தொடர்ந்து நடத்தவேண்டும் என்றும், அதற்காக வில்லுக்கொரு பணம் தண்டுவது என்றும், அதற்கு இடையூறு செய்தவர்கள் 'நம்மிலொரு வீரன்' அல்லவாகக் கொள்ளவேண்டும் என்றும் இப்பொழுது அதாவது 1318இல் இக்கல்வெட்டுப் பொறித்த பன்னாட்டார் முடிவு செய்தனர். ஒட்டக்கூத்தர் பாடியதாகக் கூறப்படும் சிலையெழுபது கூட

பண்ணாடர் அதாவது பன்னாட்டாருடைய வில்லின் பெருமையை மிகவும் புகழ்கிறது என்பதை இங்கே குறிப்பிட வேண்டும்.

போர்மரபு இனமாக இருந்து நிலவுடைமை இனமாக மாறிய இன்னோர் இனம் சுருதிமான் ஆகும். 1015இல் முதல் இராசேந்திரன் சாளுக்கியரோடு செய்த ஒரு போரில் போர் முனையில் அரசன் ஏவியதின் பேரில் எதிரியின் யானையோடு போரிட்டு ஒரு சுருதிமான் வீரன் வீர மரணம் அடைந்தான் எனப் பார்க்கிறோம் (இ.க. 1912:515). பின்பு, பன்னிரண்டு பதின்மூன்றாம் நூற்றாண்டுக் கல்வெட்டுகளில் சுருதிமான் நிலக்கிழார்களாக பெரம்பலூர் வட்டக் கல்வெட்டுகளில் தென்படுகிறார்கள். அதே நேரத்தில் அவர்கள் அகம்படியார் (வீரர்) என்றும் குறிக்கப்படுகிறார்கள். மேலும் சுருதிமான் இராஜேந்திர சோழத் தெரிந்த வில்லிகள் படையைச் சேர்ந்த படைமுதலிகள் மற்றும் வீரர்களால் 1216இல் பொறிக்கப்பட்ட ஒரு கல்வெட்டும் கிடைத்துள்ளது (இ.க. 1912: 497, 500, 502, 523; ஆவணம், 7:38-40.). சுருதிமான் நிலக்கிழார்கள் தங்களை ஐஞ்சுநாட்டார் என்று அழைத்துக் கொண்டார்கள் (இ.க. 1912:489).

இதே வட்டாரத்தில் நத்தமான் எனப்பட்ட இனம் யாதவ குலத்தலைவர் என்றும் சித்திரமேழிப் பெரியநாட்டார் என்றும் சுட்டப்படுகிறது (இ.க.1943-44:276). இந்த அடை மொழிகள் இவ்வினத்தவர் முதலில் கால்நடை வளர்ப்புத் தொழிலில் ஈடுபட்டிருந்தவர்களென்றும் 12-13ஆம் நூற்றாண்டில், நிலக்கிழார்களாக மாறி விட்டார்கள் என்பதையும் காட்டும். இதை 1184ஐச் சேர்ந்த ஒரு திருவரங்கம் கல்வெட்டு (தெ.இ.க. 24:136) உறுதிப்படுத்துகிறது. அதில் வள்ளுவப்பாடி நாட்டில் பல ஊர்களில் ஸ்ரீகோபாலர் காணி உடையார்களாக இருந்தார்கள் என்றும் அவர்கள் திருவரங்கம் கோயிலுக்குத் திருவாய்ப்பாடி நல்லூர் என்ற ஊரை வரிநீக்கிக் கொடையாகக் கொடுத்தார்கள் என்றும் தெரிவிக்கிறது. ஸ்ரீகோபாலர் என்ற பெயரே அவர்கள் ஆயர் இனம் என்பதைக் காட்டும் அவர்கள் தனித்தனிப் பெயர்களும் அக்கருத்தை உறுதிசெய்கிறது. இவர்களுடைய கூட்டமைப்பு திருவாய்ப்பாடி நாட்டார் என்று அழைக்கப்பட்டது (இ.க. 1939-40: 92; இ.க. 1943-44: 221-24).

ஐஞ்சுநாட்டார், பள்ளிநாட்டார் அல்லது பன்னாட்டார், திருவாய்ப்பாடி நாட்டார் முதலிய பெயர்களில் உள்ள நாட்டார் என்ற பின்னொட்டு, இவ்வினங்கள் இப்போது வேளாண் நாட்டாரைப் போல் தாங்களும் நிலவுடைமையாளர் என்ற தகுதியுடையவர்கள்

என்பதை நிலைநிறுத்தச் செய்த முயற்சியின் ஒரு வெளிப்பாடாகும். இந்த வகையில் 13ஆம் நூற்றாண்டைச் சேர்ந்த ஒரு உடைந்த கல்வெட்டில் காணப்படும் அகம்படிவேளானும் பள்ளிவேளானும் என்ற சொற்றொடர் முக்கியத்துவம் வாய்ந்தது (இக.1915:416). அதாவது வேளாளர் தகுதிக்கு அகம்படியாரும் பள்ளிகளும் உரிமை கொண்டாடினார்களென்று இதை விளக்கலாம்.

சோழராட்சிக் காலத்தின் பிற்பாதியில், பதினொன்று பன்னிரண்டாம் நூற்றாண்டுகளில், உண்டான ஒரு சமூகக்கூறு வலங்கை இடங்கை என்ற இரட்டைச் சமூகப் பிரிவினையாகும் (Subbarayalu, 2012:167&75). இப்பிரிவினை, அடிப்படையில் படை யமைப்பு சார்ந்ததாகக் காணப்படுகிறது. பதினொன்றாம் நூற்றாண்டுத் தொடக்கத்தில் வலங்கைப்படைகள் பெரிதும் பேசப்படுகின்றன (தெஇக. 2, முன்னுரை). அந்நூற்றாண்டின் பிற்பாதியில் வலங்கை இடங்கை மகமை என்ற வரி பற்றிய குறிப்புகள் கிடைக்கின்றன (தெஇக. 3:57; தெஇக. 5:976; தெஇக. 8:4; தெஇக. 17:301). இலங்கையில் பொலன்னறுவை நகரில் உள்ள 1120ஐ ஒட்டி எழுதப்பட்ட விஜயபாகுவின் கல்வெட்டில் முதன்முதல் இடங்கைப் படைப்பிரிவு காணப்படுகிறது (தெஇக. 4:1396). அக்கல்வெட்டில் இலங்கை அரசனிடம் பணிபுரிந்த தமிழ் வேளைக்காறப்படை வலங்கை, இடங்கை, சிறுதனம், பிள்ளைகள்தனம், வடுகர், மலையாளர், பரிவாரக்கொந்தம், பலகலனை என்ற பிரிவுகள் கொண்டிருந்தது என்ற செய்தி கிடைக்கிறது.

பதின்மூன்றாம் நூற்றாண்டில்தான் இடங்கை 98 சாதிகள் பற்றிய கல்வெட்டுகள் கிடைக்கின்றன. அவை பெரம்பலூர் வட்டம் ஊட்டத்தூர், வாலிகண்டபுரம், விருத்தாசலம் வட்டம் திருவரஞ்சுரம் ஆகிய ஊர்களில் உள்ளன. இவற்றில் முதல் கல்வெட்டு 1218ஆம் ஆண்டில் பொறிக்கப்பட்ட ஊட்டத்தூர்க் கல்வெட்டாகும் (இக. 1912:489). அதில் ஐஞ்சுநாட்டார் எனப்பட்ட சுருதிமான்கள் இடங்கை தொண்ணூற்றெட்டு சமயத்துடன் கூட 'ஒரு நிழற்கீழிருந்து ஒருத்தி பெற்ற மக்கள் போல்' நடப்பதாக உறுதிமொழி எடுக்கிறார்கள். திருவரஞ்சுரம், வாலிகண்டபுரம் ஆகிய இரு ஊர்களிலுள்ள இடங்கைக் கல்வெட்டுகளும் 1227இல் பொறிக்கப்பட்டன. திருவரஞ்சுரம் கல்வெட்டில் (இக. 1940-41:184) தென்னார்க்காடு மாவட்டத்திலும் அதையொட்டிய வட்டங்களிலும் உள்ள பல நாட்டுப்பிரிவுகளைச் சேர்ந்த மலையமார்களும் நத்தமக்களும் இடங்கைத் தளத்தில் சேர்ந்து இடங்கைக்குக் 'கண்ணும் கையுமாய் புல்லும் பூமியுள்ளளவும் நிற்கக்

கடவோம், இதில் பிழங்கில் மாறுசாதிக்கு தாழ்வு செய்தோமானோம்' என்று சூளுரைத்தார்கள் என்ற செய்தி காணப்படுகிறது. இடங்கைத் தளத்தில் இருந்த பிற இனங்கள் அந்தணர், ஆரியர், நியாயத்தார், கைக்கோளர், வாணிகர், பன்னாட்டார், சாலியர் ஆகியோர் என்றும் அறிகிறோம். வாலிகண்டபுரம் கல்வெட்டு (இக. *1943-44:276*) திருவரஞ்சுரம் கல்வெட்டின் தொடர்ச்சியாகலாம். அதில் இடங்கை தொண்ணூற்றெட்டுக் கலனைகளும் சேர்ந்து செய்து கொண்ட ஒருமைத் தீர்மானமாகும். அது வருமாறு:

> ...... இடங்கை தொண்ணூற்றெட்டு கலனையும் நிறைவற நிறைந்து... ... கல்வெட்டின படியாவது பல மண்டலங்களில் பிராமணரும் ஆரியரும் சித்திர மேழிப் பெரிய நாடான யாதவர் குலத் தலைவரான நத்தமக்களும் சதிரமுடித் தலைவரான மலையமான்களும் காயாங்குடிக் கண்ணுடை அந்தணரும் சம்புவர் குலபதிப் பன்னாட்டாரும் பதினெண்விஷயத்து வாணிய நகரங்களும் பொற்கோயிற் கைக் கோளரும் யிடங்கை தொண்ணூற்றெட்டுக் கலனைகளும் ஒருவற்கு வந்த நன்மை தீமை அனைவற்கு ஆவுதாகவும் யிப்படி விலங்கினோ மாகில் மறுசாதிக்குங் கீழ்சாதிக்கும் தாழ்வு செய்தோமாம்...

மேற்சுட்டிய இடங்கைக் கல்வெட்டுகளில் படையினராக அல்லது முல்லைநில மக்களாக இருந்து புதிய நிலக்கிழார்களான சுருதிமான், நத்தமான், மலையமான், பள்ளி ஆகிய இனங்கள் முன்னிலை வகித்தன என்பதைப் பார்க்கலாம். இதில் சேர்ந்த பிற இனங்களுள் வாணியர், வாணிய நகரங்கள் (எண்ணெய் வியாபாரம் செய்தவர்கள்), சாலியர் (துணி நெசவு மற்றும் வியாபாரம் செய்த வர்கள்), பிராமணர், ஆரியர், அந்தணர் ஆகியோர் வேதப்பிராமணரும் பிற உள்ளூர்ப் பூசாரிகளும் ஆவர்.

சோழர் படையில் முக்கிய இடத்தை வகித்த கைக்கோளர் 14ஆம் நூற்றாண்டில்தான் தெளிவாக நெசவுத் தொழில் புரிபவர்களாகக் காணப்படுகிறார்கள். அதேபோல சோழர் படையில் ஒரு பிரிவினராக இருந்த நியாயத்தாரும் 15ஆம் நூற்றாண்டில் நெசவுத் தொழிலில் ஈடுபட்டதைப் பார்க்கிறோம் (இக. *1927:216*; இக. *1914:59*). கைக் கோளரும், நியாயத்தாரும் சோழர் காலத்திலேயே நெசவுத் தொழில் செய்து வந்தார்கள் என்பதற்கு உறுதியான சான்றுகளில்லை. எப்படி இருந்த போதிலும் கைக்கோளர் முதலிய படைவீரர்கள் சோழர் காலத்தில் நிலவுடைமையாளர்களாக ஆவதற்கு நிறைய வாய்ப்புகள்

இருந்தன. ஆங்காங்கு அரசால் படைகளுக்கென்று படைப்பற்று ஊர்கள் அளிக்கப்பட்டன (தெஇக. 17:714; நொபொரு கராஷிமா, 1995:50 - 51, 233 - 234). அதாவது இவ்வூர்களின் வருவாயின் பெரும் பகுதியை இவர்கள் அனுபவிக்க உரிமை வழங்கப்பட்டது. நாளடைவில் இந்நிலங்களின் முழுக் காணியுரிமையும் தங்களுடைய தாக்கிக் கொள்ள முனைந்தார்கள். காட்டாக, 1174இல் பொறிக்கப்பட்ட ஒரு கீழப்பழுவூர் கல்வெட்டு குன்றக்கூற்றத்தைச் சேர்ந்த ஊர்கள் பலவும் படைப்பற்றாய் ஆனதால் காணியாளர் பயிர் செய்ய முனைய வில்லை என்று தெரிவிக்கிறது (இக. 1926: 257). பழங்காணியாளர் தங்கள் உரிமைகளை இழக்க வேண்டி வந்தது. ஆகவே பழங் காணியாளருக்கும் புதிய காணியாளருக்கும் இடையே முரண்பாடுகள் தோன்றுவது இயல்பே. இதன் ஒரு வெளிப்பாடே இடங்கை, வலங்கை உருவாக்கம் என்று கருத வேண்டியுள்ளது.

இதுவரைக்கும் பார்த்த கல்வெட்டுச் செய்திகள் குறைவாகவே இருந்தாலும் சோழர் காலத்தில் சமூகப் பொருளாதார உருவாக்கத்தில் பல மாற்றங்கள் நிகழ்ந்து வந்தன என்பதை அவை கோடி காட்டு கின்றன. நிலவுடைமையில் 10ஆம் நூற்றாண்டு வரை இருந்து வந்த எளிய கட்டமைப்பு போய் ஒரு செறிவான, சிக்கலான கட்டமைப்பு உருவாகிறது. புதிய நிலவுடைமை இனங்கள் தோன்றுவதன் காரணமாக முரண்பாடுகள் வளர்கின்றன. ஒவ்வோர் இனமும் தங்கள் நிலையை உயர்த்தவும் உறுதிசெய்து கொள்ளவும் கூட்டமைப்புகளை உண்டாக்குகின்றன (தெஇக. 6:439; தெஇக. 7:129; தெஇக. 8:198,442). இக்கூட்டமைப்புகளின் நாடுதழுவிய கூட்டங்கள் சமயம் என்று பொதுவாகவும், பெரியநாட்டார், பதினெண்விஷயத்தார் என்று அந்தந்த இடத்துக்குத் தக்கவாறும் அழைக்கப்பட்டன. இவை ஒரே நேரத்தில் தொழில்சார் கூட்டுகளாகவும் உறவின்முறைக் கூட்டு களாகவும் இயங்கத் தொடங்குகின்றன. இந்தச் சூழ்நிலையில் அதுவரை இலைமறைவு காய்மறைவு ஆக இருந்த சாதி உணர்வு தங்குதடையின்றி வெளிப்படுகிறது. ஒவ்வொருவரும் தங்கள் சாதி பற்றிப் பேசுவதில் பெருமைப்படுகிறார்கள். மேலே பார்த்த இடங்கைக் கல்வெட்டுகளில் இந்த உணர்வைப் பார்க்கலாம். வேறு கல்வெட்டுகளும் உள்ளன. 1225இல் வாணியக்குடி நகரம் 'நம்முடைய சாதிக்குக் கடவார்' பற்றிப் பேசுகிறது. ஏறக்குறைய அதே நேரத்தில் பதிநெண்விஷயத்து திருவாய்ப்பாடி நாட்டவர் 'எங்கள் சாதிக்கும் எங்கள் வம்சத்துக்கும்' என்று பேசுகிறார்கள் (இக. 1938-39:163

திருவானைக்கா; இக. 1939-40:92). சாதித் தீர்மானங்களுக்குக் கட்டுப் படாதவர்கள் புறந்தள்ளப்படுவார்கள் என்ற எச்சரிக்கையை அடிக்கடி பார்க்கிறோம். சாதி ஏற்றத்தாழ்வுகள் பற்றி நேரடியாகவும் மறைமுகமாகவும் பேசப்படுகின்றன. சுருங்கக் கூறினால், அடுத்த சில நூற்றாண்டுகளில் பல்கிப் பெருகிய சாதிச்சமூகத்துக்கு உறுதியான அடித்தளம் பன்னிரண்டு பதின்மூன்றாம் நூற்றாண்டுகளில் அமைந்து விட்டது.

இந்தச் சாதிக் கட்டுமானம் பற்றிய கல்வெட்டுத் தரவுகளில் அக்காலச் சமூகத்தின் முழுமையான வடிவம் கிடைத்துவிட்டது என்று சொல்ல முடியாது. பொருளாதார வசதி பெற்ற கொடையாளிகள் உருவாக்கியவையே கல்வெட்டுகள். சமூகத்தில் மிகப் பின்தங்கிய நிலையில் இருந்த பறையர் அல்லது புலையர் போன்றோர் பற்றி மிக அரிதாகவே செய்திகள் கிடைக்கின்றன (நொபொரு கராஷிமா, 1995:238 - 239). ஆயினும் அந்தச் செய்திகளைக் கொண்டே அவர்கள் நிலைமை மிகப் பரிதாபமாக இருந்தது என்று கணித்தறிய முடியும். ஒரு பகுதியினர் தீண்டத்தகாதவர் என்றும் வெறுக்கப்பட்டனர். பெரும் பாலும் அவர்கள் கொத்தடிமைகளாக நிலவுடைமையாளரின் பிற சொத்துக்களைப் போன்று நடத்தப்பட்டார்கள். அவர்களுடைய குடியிருப்புகளான புலைச்சேரி நத்தங்களும் நிலவுடைமையாளரால் விற்கப்பட்டன என்பதையும் குறிப்பிடவேண்டும்.

புதிய ஓம்படைக்கிளவிகளின் எழுகையும் சாதி உருவாக்கமும்

குப்தர்/ வாகாடகர் மரபில் ஓம்படைக்கிளவிகள்

இந்தியாவில் பார்ப்பனர்களுக்கு நிலம் வழங்கும் வழக்கம் எப்போது தொடங்கியது என நமக்குத் தெரியாது; ஆயினும் இவ்வழக்கம் கங்கை வெளியிலும் வடக்கு தக்காணப் பீடபூமியிலும் குப்தர் / வாகாடகர் காலத்துப் பொதுத்தன்மை ஆகும். பல அரசர்கள், உயர்குடியினர் வழங்கிய தானங்கள் பற்றிய ஆவணங்களைச் செப்புப் பட்டயங்களிலும், கல்வெட்டுகளிலும் பொறித்துள்ளனர். நிலம் வழங்குகை பற்றியும் சில நேரத்தில் வேறு சில வழங்குகை பற்றியும் குறிப்பிடும் (பெருமளவிலான செப்புப் பட்டயச்) சாசனங்களில், வழங்குகை பற்றிய விவரங்களைத் தொடர்ந்து, சாசனத்தின் இறுதிப் பகுதியில் இத்தானத்திற்கு ஊறு விளைவிக்கத் துணிபவர் பற்றிய ஓம்படைக்கிளவி[1] இடம்பெற்றுள்ளது. குப்தர் செப்புப் பட்டயச் சாசனத்தில் உள்ள ஓம்படைக்கிளவிகளின் மூன்று உதாரணங்கள் பின்வருமாறு:

1. வேள்விகள் வேட்பதற்காகப் பார்ப்பனர்களுக்கு நிலம் கையகப்படுத்தியதைக் குறிப்பிடும் முதலாம் குமாரகுப்தரின் தாமோதர்ப்பூர் சாசனம் (CII III:22): தானமளிக்கப்பட்ட நிலத்தைத் தானோ பிறன் மூலமோ அபகரித்துக்கொள்பவன் அவனுடைய பித்ருகளுடன் மலத்திலும் அழுகலிலும் நெளியும் புழுவாகப் பிறந்து உழல்வான்!

2. விளக்கு வழங்கியதைக் குறிப்பிடும் ஸ்கந்த குப்தரின் இந்தூர் சாசனம் (CII III:30): இந்தத் தானத்திற்கு ஊறு விளைவிக்கிறவன் எவனோ அவன் பசுவை [அல்லது] குருவை [அல்லது] பார்ப்பானைக் கொன்றவன் [ஆகிய பாவத்தை அடைந்து], பஞ்சமாபாதகங்களையும் பிற உபபாதகங்களையும்[2] இழைத்தோர் கிடந்து உழல்கின்ற கீழுலகிற்குச் செல்வான்!

3. பார்ப்பனக் குடியிருப்பாகக் கிராமத்தவருடைய நிலம் கையகப்படுத்தப்பட்டதைக் குறிப்பிடும் புத்த குப்தரின் மற்றொரு தமோதரப்பூர் சாசனம் (EI XV: 7-3): இந்த நிலத்தை நேரடியாகவோ பிறர் மூலமாகவோ அபகரிப்பவன், அவனுடைய பித்ருகளுடன் மலத்திலும் அழுகலிலும் புழுவாகப் பிறப்பான்! அபகரித்தவனும் அவனை ஏற்றுக் கொண்ட நரகத்தில் அறுபதினாயிரம் வருசம் உழல்வார்கள்!

அரச தானங்கள் பற்றி குறிப்பிடும் வாகாடகர் செப்புப் பட்டயச் சாசனங்களில் உள்ள ஓம்படைக்கிளவிகளின் இரு உதாரணங்கள் பின்வருபவை:

1. பார்ப்பனர்களுக்கு அரசி வழங்கிய கிராமத் தானத்தைக் குறிப்பிடும் இராணி பிரபாவதி[3] குப்தரின் பூனா சாசனம் பின்வரும் வியாசர் இயற்றிய ஓம்படைக்கிளவி சுலோகத்தை மேற்கோள் காட்டுகிறது (CII V:1): நேராகவோ பிறர் மூலமோ நில தானத்தை எடுத்துக் கொள்பவன் பத்தாயிரம் பசுக்களைக் கொன்ற பாவத்திற்கு ஆளாவான்!

2. பார்ப்பனர்களுக்கு அரசர் வழங்கிய கிராமத் தானத்தைக் குறிப்பிடும் இரண்டாம் பிரவாரசேனரின் சாசனம் வியாசர் பாடிய பின்வரும் கவிதையைத் தந்துள்ளது (CII V:7): தானத்திற்கு ஊறு விளைவிப்பவன் எவனோ அவன் அறுபதினாயிரம் வருசத்திற்கு நரகில் கிடந்து உழல்வான்! தான் கொடுத்த நிலத்தையோ அல்லது பிறன் கொடுத்த நிலத்தையோ அபகரித்துக் கொள்பவன் பத்தாயிரம் பசுக்களைக் கொன்ற பாவத்தை அடைவான்!

தென்னிந்தியாவில் குப்தர்கள், வாகாடகர்கள் ஆகியோரின் உத்தியைப் பின்பற்றி, அதாவது குப்தர்/வாகாடகர் நில தானம் அளிக்கும் முறையைக் கைக்கொண்டு ஆறாம் நூற்றாண்டு தமிழகத்தில் வலிமையான ஆட்சியைப் பல்லவ அரச வம்சத்தினர் நிறுவினர். இரண்டாம் நரசிம்மவர்மனின் ரேயூருச் செப்பேடு பின்வரும் ஓம்படைக்கிளவியைத் தந்துள்ளது (பசெமு: 83-86[88]): "பிராம்மணன் சொத்து கொடிய விஷம்; வேறு எந்த விஷமும் விஷமாகாது. விஷம் ஒருவனைக் கொல்லும்; பிரம்ம சொத்தோ புத்திர பௌத்திரர்களையும் (கொல்லும்). தான் அளித்தது பிறர் அளித்தது எதுவாயினும் பூமியை அபகரிக்கும் ஒருவன் அறுபதினாயிரம் ஆண்டுகள் மலத்தில் புழுவாகப் பிறந்து உழல்வான்."

இதே போன்ற ஓம்படைக்கிளவி இரண்டாம் நந்திவர்மன் [பல்லவ மல்லன்] -இன் கசாக்குடிச் செப்பேட்டிலும் இடம் பெற்றுள்ளது (*பசெமு:155-169* [*180*]): *'தான் கொடுத்ததோ பிறன் கொடுத்ததோ எதுவாயினும், அபகரிக்கும் ஒருவன் அறுபதினாயிரம் வருஷம் மலத்தில் புழுவாகப் பிறந்து உழல்வான்.'*

ஒன்பதாம் நூற்றாண்டில், தமிழகத்தில் பல்லவர்களை வெற்றி கொண்ட சோழ அரசக்குடிகள் நிலதானம் வழங்கும் கல்வெட்டுகளில் ஓம்படைக்கிளவிகள் அதிக அளவு இல்லையாயினும், சோழ அரசர்கள் பார்ப்பனர்களுக்கு நிலம் வழங்கியதைக் குறிப்பிடும் எஞ்சியிருக்கும் தானச் செப்பேடுகளில் சில ஓம்படைக்கிளவிகள் குறிப்பிடப் பட்டுள்ளன. ஆயினும் அரசக் குடிகள் மட்டுமல்லாமல், உயர்குடிகளும் பார்ப்பனர்களுக்கு நிலம் வழங்கியது முதலான தானங்களைக் குறிப்பிடும் சில சோழர் கல்வெட்டுகளில் ஓம்படைக்கிளவிகளைப் பார்க்க முடிகிறது. இந்த ஓம்படைக்கிளவிகளில், தீபகற்ப இந்தியாவின் புவிச்சூழலைப் பிரதிபலிக்கிற 'இந்தத் தானத்திற்கு அதம் பண்ணினார் கங்கை இடைக் குமரி இடை செய்தார் செய்த பாவமெல்லாம் பண்ணினார்' என்ற தொடரே அதிகமாகத் தென்படுகிறது. ஆயினும் வேறு சில வெளிப்பாடுகளையும்கூட காண முடிகிறது. எடுத்துக் காட்டுகள் பின்வருமாறு:

1. பணம் பெற்றுக் கொண்டு ஊரார், கோயில் விளக்கெரிப் பதற்கு எண்ணெய் அளிக்கவும் எண்ணெய் சேகரிப்போருக்கு உணவிடவும் உடன்பட்டுள்ளதைக் குறிப்பிடும் முதலாம் ராஜராஜனின் திருமால்புரம் கல்வெட்டு, இந்த உடன் பாட்டை மீறுவோர் 'கெங்கைஇடைக் குமரிஇடை செய்தார் செய்த பாபம் படுவோம்'[4] என்ற ஓம்படைக் கிளவியைக் குறித்துள்ளது (SII XIII : 29, NA).

2. குளம் பராமரிப்புக்காக வரி அளிப்பதைக் குறிப்பிடும் சுந்தர சோழனின் புத்துடபாடி மகாதேவமங்கலம் கல்வெட்டு, இந்த ஏற்பாட்டிற்கு உதவாதவன் 'ஏழ் நரகத்துக் கீழ் நரகம் புகுவான்' என்று கூறுகிறது (SII XIII : 173A, NA).

3. சபை நிர்வகிக்கும் கோயில் நிலத்திற்கு வரிவிலக்கு அளிப்பதைக் குறிப்பிடும் சுந்தர சோழனின் திருவெறும்பூர் கல்வெட்டு, வரிக்கொள்வோம் என்றானையும் கொள்ளப் பணித்தானையும், "ஊர் கண்டகர் ஆவாராகவும்" என்று குறிப்பிடுகிறது (SII XIII: 114, Tp).

பாவங்களின் பெருக்கமும் புதிய ஓம்படைக்கிளவிகளும்

இதே நிலைமை சோழர் அரசாட்சியில், சில நூற்றாண்டுகளுக்கு, ஆரம்ப காலக் கல்வெட்டுகளில் தொடர்வதைக் காணமுடியும். என்றாலும் சோழர் ஆட்சியின் இடைப்பகுதி கல்வெட்டுகள் சில, முடிவுகளை எதிர்ப்பவர்களிடமிருந்து தண்டம் வசூலித்தல் போன்ற வற்றை தண்டனையாகக் குறிப்பிடுகிறது.[5] ஆயினும் பன்னிரண்டாம் நூற்றாண்டின் பிற்பகுதியில், கல்வெட்டுகளில் ஓம்படைக்கிளவி வெளிப்பாடுகளில் மாற்றங்கள் இடம்பெறுகின்றன. பதின்மூன்றாம் நூற்றாண்டில் அம்மாற்றங்கள் முனைப்பாகத் தெரிகின்றன. 'துரோகி' என்னும் சொல் தொழில்படுவது ஒரு குறிப்பான மாற்றத்தை வெளிப் படுத்துகிறது. பதினோராம் நூற்றாண்டில் முதலாம் ராஜராஜனின் கல்வெட்டில் 'துரோகி' என்னும் சொல் இடம்பெறுகிறது (EI XXI:168). ஆயினும் அந்த இடத்தில் அச்சொல் ஓம்படைக் கிளவிக்காகப் பயன் படுத்தப்படவில்லை. பன்னிரண்டாம் பதின்மூன்றாம் கல்வெட்டு களில் துரோகி என்னும் சொல், 'ராஜ துரோகி', 'இனத் துரோகி', 'நாட்டுத் துரோகி', 'சைவத் துரோகி', 'குருத் துரோகி' என்னும் கூட்டுச் சொற்களாக இணைந்து கல்வெட்டுகளின் ஓம்படைக்கிளவிப் பகுதியில் இடம் பெறுகின்றது. ஐந்து எடுத்துக்காட்டுகள்:

1. பாண்டிய மண்டலத்தில் புகுந்துவிட்ட ஈழப் (இலங்கைப்) படை சோழ மண்டலத்திற்குள் வரக்கூடாது என்று நடை பெற்ற ஆராப்பாக்கம் கோயில் பூசையில் தலைவர் [ராயர்] வழங்கிய கிராமத் தானத்தைக் குறிப்பிடும் ஆராப்பாக்கம் கல்வெட்டு, 'யாவனொருவன் இந்த தானம் பரிபாலியா தொழிகிறான் அவன் பித்ரு பாவமும் குரு பாவமும் பிராமண பாவமும் சிவத்துரோகமும் பண்ணினார்' என்ற ஓம்படைக்கிளவியைத் தந்துள்ளது (SII VI:456, AD1168 Cg). இராமேஸ்வரம் கோயிலைச் சேதப்படுத்தியதால் இலங் கையின் படையும் சிவத்துரோகியாகக் குறிப்பிடப்பட்டு உள்ளது.

2. கோயிலைச் சீர் செய்வதற்கு ஆகும் செலவைப் பகிர்ந்து கொள்வது பற்றி பல இனங்களும் தங்கள் இன சபையில் முடிவெடுத்தைதைக் குறிப்பிடும் குடுமியான்மலைக் கல்வெட்டு, இந்த முடிவை மீறுபவன் சிவத் துரோகியும் நாட்டுத் துரோகியும் இனத் துரோகியும் ஆவான் என்று குறிப்பிட்டுள்ளது (IPS : 285 AD 1229 Pd).

3. பார்ப்பன நிலச் சொந்தக்காரர்களுக்கும் வெள்ளாள உழவர்களுக்கும் இடையே வெள்ளாமைக்கு வழங்கும் குடிமைப் பணம் பற்றிய உடன்பாட்டைக் குறிப்பிடும் மன்னார்குடி கல்வெட்டு, இந்த உடன்பாட்டை மீறுவோர் ‘நாட்டுத் துரோகியும் குருத் தூரோகியும் [கிராமத் துரோகியும்]’ ஆவார் என்று எச்சரித்துள்ளது (SII VI: 58 AD 1239 Tj).

4. எல்லா சாதிகளின் முன்னும் நாட்டுச் சபையில் தம்பியின் மூன்று மகன்களுடன் நாட்டுத் தலைவர் [நாடாள்வார்] பகை பாராட்டியதைக் குறிப்பிடும் செங்கமம் கல்வெட்டு, மூன்று சகோதரர்களுடன் எவரேனும் கூட்டுச் சேர்ந்தால் அவர் ‘ராசத் துரோகியும் நாட்டுத் துரோகியும்’ ஆகக் கருதப்பட்டு தலைவரின் எதிரி ஆவார் என்று அறிவிக்கிறது (SII VII: 118 AD 1258 NA).

5. பதியிலார், தேவரடியார் முதலான கோயில் பணியாளர்களிடையே மடாதிபதி விதித்த கோயிற் பணி நியமத்தைக் குறிப்பிடும் திருவொற்றியூர் கல்வெட்டு, இந்த முடிவை மீறுவோர் சிவத் துரோகியாகவும் நாட்டுத் துரோகியாகவும் இனத் துரோகியாகவும் நடத்தப்படுவார் என்று இறுதியில் எச்சரித்துள்ளது (AR 1912 : 203, HS : 468-71, AD 1342 Cg).

இவை பார்ப்பனர்களுக்கு நிலம் வழங்குகை, கோயில் விளக்கெரித்தல் நல்கை போன்றவற்றில், எதிர்காலத்தில் அவற்றுக்கு ஊறு விளைவிப்போரிடமிருந்து அச்சுறுத்திக் காப்பதைப் போன்ற ஓம்படைக் கிளவிகள் அல்ல; நாட்டின் பல்வேறு குழுமங்களும் பங்கேற்கும் சபையில் மேற்கொள்ளப்பட்ட தீர்மானம் அல்லது விரோதம் உடைய இரு தரப்பாரிடையே ஏற்பட்ட உடன்பாடு ஆகியவற்றைக் காப்பதற்கே இந்த ஓம்படைக் கிளவிகள் என்பதை இந்த எடுத்துக்காட்டுகள் தெளிவாகக் காட்டுகின்றன. ஒப்புக்கொண்ட தீர்மானம் அல்லது உடன்பாட்டிற்குத் தீங்கு இழைத்தவரின் பாவம் எதுவோ, அதன்படி துரோகியின் இயல்பைக் காட்டும் எட்டு முன்னொட்டை மேலே காட்டியவற்றைப் போன்று கல்வெட்டுகளிலிருந்து நாம் சேகரித்துள்ளோம். அந்த முன்னொட்டுகள் பின்வருவன: சிவத்துரோகி, ராசத்துரோகி, குருத் துரோகி, நாட்டுத் துரோகி, கிராம அல்லது ஊர்த் துரோகி, இனத் துரோகி, மாத்ரு துரோகி. இந்த முன்னொட்டுகளில் சில, பிராமணியக் கருத்துநிலையின் மரபார்ந்த அர்த்தங்களையும் கடந்து சென்று, புதிதாக வெளிப்படும் மதிப்பீடுகளின் பரந்த கீழ் அடிவானத்தைக் காட்டுவதாக இருக்கலாம்

என்பதால், அவை பற்றி மேலுமான ஆய்வுக்குக் காத்திருத்தல் வேண்டும்.

பன்னிரண்டாம் நூற்றாண்டு வரை, கல்வெட்டுகளில் குறிப்பிடப் படும் பாவம் என்பது தானத்திற்கு ஊறு விளைவித்தல் என்று அர்த்தம் தந்தது. இங்கு தானம் என்பது நடைமுறையில் பிராமணர்கள், தெய்வங்களுக்கு வழங்கும் கொடையையே குறித்தது. பார்ப்பனியக் கருத்துநிலையில் தானமே பெரும் மதிப்புடைய கொடை ஆகும்.[6] அதற்கு ஊறு விளைவித்தல் மனுஸ்மிருதியில் குறிப்பிடப்படும் பஞ்சமாபாதகங்களுக்கு இணையானது ஆகும். ஆயினும், பாவம் செய்தவரை அல்லது இழைக்கப்பட்ட பாவத்தை எதிர்த்துக் குறிப் பிடுவது அவசியமானதால், பன்னிரண்டாம் பதின்மூன்றாம் நூற்றாண்டு களில் பாவம் பற்றிய கருத்து மிக விரிவடைந்தது. பல்வேறு மக்கள் குழுமங்கள் செய்துகொண்ட உடன்பாடுகள், மேற்கொண்ட தீர்மானங்கள், கொடுத்த கொடைகள் உள்ளிட்ட பல ஏற்பாடுகளைப் பற்றி குறிப்பிடும் எண்ணற்ற கல்வெட்டுகள் பெருகியதனால், பாவங்களின் பெருக்கமும் வரையறுத்தலும் நோக்கிய இந்த மாற்றம் வேகமாக நடைபெற்றது அல்லது அக்கல்வெட்டுகளின் பெருக்கத் துடன் சேர்ந்து அம்மாற்றமும் நிகழ்ந்துவிட்டது (Karashima 1966). ஆகவே இந்தப் பாவங்களின் பெருக்கமும் வரையறுத்தலும், பன்னிரண்டாம் பதின்மூன்றாம் நூற்றாண்டுகளின்போது துரோகி என்னும் சொல் வழக்குடன் இணைந்து, கல்வெட்டுகளில் பல புதிய ஓம்படைக்கிளவி வெளிப்பாடுகளின் எழுகையை வெளிப் படுத்தின.

'கெங்கையிடை குமரியிடை செய்தார் செய்த பாவமெல்லாம் கொள்வார்' என்ற முந்தைய வெளிப்பாடு, 'கெங்கைக் கரையில் குரால் பசு குத்தினார் பாவம் கொள்வார்' என்ற புதிய ஒன்றாக மாறி, கல்வெட்டுகளில் ஒரே மாதிரியான அல்லது தகுவழக்கான ஓம்படைக் கிளவி வெளிப்பாடுகள் தொடர்ந்து கொண்டிருந்தன. இந்தப் புதிய ஒரே மாதிரியான ஓம்படைக்கிளவி வெளிப்பாடு, தலைவர் [உடையார்] கோயிலுக்கு வழங்கிய வரித் தன்மத்தைக் குறிப்பிடும் SII VII:150 (AD 1147, SA), படைத்தலைவரும் நகரத்தாரும் கோயிலுக்கு வழங்கிய வரி [ஆய]க் கொடையைக் குறிப்பிடும் SII V: 492 (AD 1187, NI), தலைவர் கோயிலுக்கு வழங்கிய வரிக் கொடையைக் குறிப்பிடும் SII IV: *849* (AD 1204, Cg), தலைவர் [நல்லெசுவரர்] தன்னுடைய ஏவலாளின் [கன்மியின்] மூலம் திருவிடையாட்டமாகக் கோயிலுக்கு வழங்கிய நிலக் கொடையைக் குறிப்பிடும் SII V: 504 (AD 1208, NI) கல்வெட்டுகளில் உள்ளதைப் போன்று இன்னும் பல கல்வெட்டுகளிலும் உள்ளது.

ஆயினும் மிகக் குறிப்பிடத் தகுந்த மாற்றம், பல்வேறு விதமான கட்டற்ற, அதிக துல்லியமான - பச்சையானதும் கூட - ஓம்படைக் கிளவிகளின் வெளிப்பாடு எழுச்சிப் பெற்றது ஆகும். மேலே மேற்கோள் காட்டிய, பார்ப்பனியச் சட்டகத்திற்குள் நிற்கும் ஒரே மாதிரியான ஓம்படைக்கிளவித் தொடர்களுடன்[7], பார்ப்பனியக் கருத்து நிலையிலிருந்து விலகிச் செல்லும் இந்தப் புதிய கரடுமுரடான வெளிப்பாடுகள் பல முரண்படுகின்றன. அல்லது குறைந்தபட்சம் பார்ப்பனிய வட்டத்திற்குள் புதியவையாக அவை உள்ளன. எட்டு எடுத்துக்காட்டுகள் பின்வருமாறு:

1. நீண்ட காலம் விரோதம் பாராட்டிய இரு கோயில்கள், நாட்டுப் பெருஞ் சபையில் சமாதானம் அடைந்ததைக் குறிப்பிடும் திருமயம் கல்வெட்டு, இந்த உடன்பாட்டுக்குத் தீங்கு விளைவிப்போர், நாட்டுத்துரோகி, மாத்ரு துரோகி, ராசத் துரோகி ஆகி, இளமையிலே கேட்பாரற்றுச் செத்து போவார் என்று சொல்கிறது (IPS :340, AD 1223, Pd).

2. நாட்டுமக்கள், மலையமான்கள், இன்னும் பிறரும் இணைந்து செய்துகொண்ட தொண்ணூற்றெட்டு இடங்கைச் சாதிகள்[8] ஒற்றுமை உடன்படிக்கையைக் குறிப்பிடும் வாலிகண்டபுரம் கல்வெட்டு, உடன்பட்டோரின் நல்லது கெட்டதுகளைப் பகிர்ந்துகொள்வோம் என்றும், இந்த உடன்படிக்கைக்கு எதிராகத் திரும்பும் எவராயினும் கீழ்ச்சாதியினும் கீழ்ச்சாதி ஆவார் என்றும் உடன்படிக்கை செய்துகொண்டதைக் குறிப்பிடுகிறது (AR 1943/44: 268, AD 1233, Tp).

3. கோயில் திருவிழாவுக்கு உள்ளூர் மக்கள் அளிக்க வேண்டிய வரிக்கொடையைப் பற்றிய உடன்படிக்கையைக் குறிப் பிடும் மற்றொரு வாலிகண்டபுரம் கல்வெட்டு, இந்த உடன் படிக்கைக்கு எதிராக மாறுவோர் எவரோ அவர் நாட்டுத் துரோகியாகவும் சிவத் துரோகியாகவும் கருதப்பட்டு, கிராமத்திலிருந்து விலக்கப்படுவார் என்று அறிவிக்கிறது (AR 1943/44: 268, AD 1233, Tp).

4. தலைவர் [உடையார்] வழங்கிய கிராமத் தானத்தைக் குறிப்பிடும் திருவண்ணாமலைக் கல்வெட்டு, இத்தானத்திற்கு "மாறுவான் மோவாய்புக்கு முலை எழுந்தானுமாய்,[9] ஒருவனுக்கும் ஒருத்திக்கும் பிறந்தானும் அல்லாதானாய், கோமாங்கிசத்தை புஜிப்பானுமாய், கெங்கையிடை

குமரியிடை குரால் பசு கொன்றான் பாவம்கொள்வான்" என்று எச்சரிக்கிறது (SII VIII: 80, AD 1233, NA).

5. படைத்தலைவர் வழங்கிய நான்கு கிராமங்களுக்கான வரித் தள்ளுபடியைக் குறிப்பிடும் வாலிகண்டபுரம் கல்வெட்டு, 'இத்தானத்திற்கு அதம் பண்ணுவான் எவனோ அவன் தன் மிணாட்டியைக் குதிரைக்குப் புல்லு பறிக்கிற புலையனுக்குக்[10] கொடுப்பான்' என்று சொல்கிறது (AR 1943/44: 279, AD 1240[?], Tp).

6. தலைவர் கோயிலுக்கு கிராமத் தானம் வழங்கியதைக் குறிப் பிடும் மற்றொரு வாலிகண்டபுரம் கல்வெட்டு, 'இத்தன்மத்துக்கு மாறுசெய்வான் ஏழாம் நரகில் விழுவான், அவனுடைய மிணாட்டியைக் குதிரைக்குப் புல்லு பறிக்கிற பன்மையானுக்குக்[11] கொடுப்பான்' என்று கூறுகிறது (AR 1943/44: 281, AD 1243[?], Tp).

7. ஏற்கனவே சான்று காட்டிய, எல்லா சாதிகளின் முன்னும் நாட்டுச் சபையில் தம்பியின் மூன்று மகன்களுடன் நாட்டுத் தலைவர் [நாடாழ்வார்] பகை பாராட்டியதைக் குறிப்பிடும் செங்கமம் கல்வெட்டு, மூன்று சகோதரர்களை ராசத் துரோகிகளும் நாட்டுத் துரோகிகளுமாக்கி, இவர்களுக்கு ஏதேனும் உதவிசெய்தாராகில், அவர்களை "இராச துரோகி களுமாக்கி நாயிலும் பன்றியிலும் கடையாகக் குத்தநூக் கடவோமாகவும் இவர்கள் பெண்டுகளை மூக்கும் முலையும் அறுத்துவிடக் கடவோமாகவும்" என்று அறிவிக்கிறது (SII VII:118, AD 1258, NA).

8. நாடு, கிராமம், நகரம் ஆகியவற்றின் சபைகளிடையே மேற் கொள்ளப்பட்ட உடன்படிக்கையைக் குறிப்பிடும் ரத்தினகிரி கல்வெட்டு, இந்த உடன்படிக்கைக்குத் தீங்கிழைப்பவன் பிராமணனே ஆயினும், கண்கள் பிடுங்கப்படும், மூக்கு அறுக்கப்படும்... அவன் பன்றியாகக் கருதப்படுவான்... வீரர்களால் கொல்லப்படுவான்... இந்த உடன்பாட்டை அழித்தவர் எவரோ அவர்கள் இறந்த பின், அவர்கள் பிணங்கள் பன்றிகளுக்கும் நாய்களுக்கும் உரியதாக எண்ணப்படும் என்று அறிவிக்கிறது (AR 1914: 153, காலம் கிடைக்கவில்லை, பதின்மூன்றாம் நூற்றாண்டுக்குரியது, Tp). இந்தக் கல்வெட்டு மிக மோசமாகச் சிதைந்துள்ளது. ஆகவே

இதில் கூறப்படும் உடன்படிக்கையின் முழு உள்ளடக்கம் அல்லது கல்வெட்டின் உண்மையான முழு பொருளை அறிந்து கொள்ள முடியவில்லை.

இந்தத் துல்லியமான வெளிப்பாடுகள் சில, அளிக்கப்படும் உண்மையான தண்டனை அல்லது கைக்கொள்ளப்படும் பழி வாங்குதல், ஓம்படைக்கிளவி குறிப்பிடும் அசாதாரணமான மனத்தடை ஆகியவற்றைக் குறிப்பிடுகிறது என்று கூட கருதலாம்; ஆனால் மனத்தடை என்பதற்குள் போகாமல், இந்த ஓம்படைக்கிளவி வெளிப்பாடுகளில் ஏற்பட்டுள்ள மாற்றங்கள் மீது கவனம் கொள் வோம். பன்னிரண்டாம் பதின்மூன்றாம் நூற்றாண்டு கல்வெட்டுகளில் இந்த மாற்றம் எப்படி நிகழ்ந்தது? மேலே காட்டியதைப் போன்று, சில குழுமங்களால் மேற்கொள்ளப்பட்ட ஒற்றுமை பற்றிய அறிவித்தல் உள்ளிட்ட பல்வேறு குழுச் சபைகளில் மேற்கொள்ளப்பட்ட முடிவுகள், வணிகக் குழுக்கள் மேற்கொண்ட திருவிழாச் செலவு பகிர்தல் குறித்த முடிவுகள் ஆகியவை அதிகரித்துச் செல்வதன் விளைவாக, கல்வெட்டு களில் குறிப்பிடும் இவ்விசயங்கள் பன்மடங்காகி, கல்வெட்டுகளில் குறிக்கப்படும் பாவங்களின் பெருக்கமும் பல்கிப் பெருகிச் சென்றுள்ளது என்று புலப்படுகிறது.

சபைகளில் ஒருங்கிணைந்த புதிய சமூகக் குழுக்களின் எழுச்சி

இந்த மாற்றம், சோழ ஆட்சி முடிவை நெருங்கிக் கொண்டிருந்த போது, அரசுக் கட்டுப்பாடு பலவீனம் அடைதலோடு தொடர்பு கொண்டது ஆகும். குறிப்பாக நாடு [வட்டார அளவில் இருந்த நிர்வாக அலகு] என்பதுவே பாதுகாப்பு உடையதாக இருந்ததால், அதைக் குறித்து அதிக அக்கறைக் கொண்டிருந்ததைப் பற்றிய மக்கள் உணர்வை வெளிப்படுத்தும் விதமாக, கல்வெட்டுகளில் பல்வேறு துரோகிகளுள் நாட்டுத் துரோகியே மிக அதிகமாகக் குறிப்பிடப் பட்டுள்ளது என்பது மிகவும் குறிப்பிடத்தக்கது. அரச அதிகாரத்தின் வீழ்ச்சியினால், தங்கள் நாட்டுச் சபையைப் பாதுகாப்பது வட்டார மக்களுக்கு மிகுந்த அவசியம் ஆகிவிட்டது.[12] பன்னிரண்டாம் நூற்றாண்டு முதல் முனைப்பாகத் தெரிகிற அரசின் அரசியல் அதிகாரத்தின் நிலையற்ற தன்மையுடன், சித்திரமேழி பெரியநாடு (உழவர் அமைப்பு), இடங்கை, வலங்கை (முன்னாள் மலைப்பழங்குடிகள் தலைமை வகித்த குழுமம் கடந்த அமைப்புகள்), ஐந்நூற்றுவர் (பாதுகாப்பு வீரர்களைக் கொண்டிருந்த வணிகர் அமைப்புகள்)[13] போன்ற வட்டாரம் கடந்த அமைப்புகள் எனப்படுகின்றவற்றின் உருவாக்கம் நெருங்கிய தொடர்புடையது ஆகும்.

நாடு பற்றி, குறிப்பாக அதுவே பாதுகாப்பானது என்ற உணர்வை ஒருமுறை மக்கள் பெற்ற பின்பு, அவர்கள் நாட்டுச் சபையில் நிலவும் சமூக தர ஒழுங்கு பற்றி அதிக ஈடுபாடு செலுத்தத் தொடங்கினர். முன்பு, சோழர் ஆட்சியின் இடைப் பகுதி வரை, பிரம்மதேயங்களில் பிராமண நில உடைமையாளர்களுக்கும் வெள்ளாள உழவர்களுக்கும் பகைமை[14] நிலவிய போதிலும்கூட, வேளாண் சமூகத்தில் ஆளும் வர்க்கமாக விளங்கிய நிலச் சொந்தக்காரர்களான பிராமணர்கள், வெள்ளாளர்கள் ஆகியோரின் கூட்டு ஆதிக்கத்தின் கீழ் சமூகம் நிலைத் தன்மையைப் பெற்றிருந்தது. ஐந்து பிராமணச் சகோதரர்களின் அட்டூழியங்களைக் குறிப்பிடுகிற, 12-ஆம் அடிக்குறிப்பில் மேற்கோள் காட்டப்பட்ட திருக்கச்சூர் கல்வெட்டு, அந்தப் பிராமணச் சகோதரர்கள், பிராமணர்கள் - வெள்ளாளர்களிடையே இயல்பாக நிலவும் நன்னடத்தை விடுத்து, அதற்குப் பதிலாகக் கீழ்ச் சாதிகளைப் போன்று நடந்துகொள்ளத் தொடங்கினர் என்றும் வருத்தம் அடைகிறது. இந்தக் கல்வெட்டு உயர் சாதிகள் இரண்டிற்கும் இடையே நிலவிய சமூகக் கூட்டுறவையும் ஒருங்கிணைவையும் உணர்த்துகின்றது.

திருக்கச்சூர் கல்வெட்டில் குறிப்பிடப்படும் இந்த நிலைமை, சோழ ஆட்சியின் பிற்பகுதியில், குறிப்பாகப் பன்னிரண்டாம் நூற்றாண்டு தொடங்கி, பிராமணர்களையும் வெள்ளாளர்களையும்விட பிற சமூகக் குழுக்களின் அதிகாரம் அதிகரித்துச் செல்வதையும் தெளிவாகப் பிரதிபலிக்கிறது. சோழ அரசின் இராணுவத்தில் சேர்த்துக் கொள்ளப்பட்ட முன்னாள் மலைப் பழங்குடிகளைச் சேர்ந்த மனிதர்கள், விலைக்கு வாங்கியதனாலோ அல்லது கைப்பற்றிக் கொண்டதாலோ நிலம் பெற்றதன் மூலம் நிலச் சொந்தக்காரர்கள் ஆனார்கள்(Karashima 1984: 30); இவர்களோ அல்லது பதினோராம் நூற்றாண்டு தொடங்கி சோழர் ஆட்சியில் வெளிநாட்டு வணிகத்தின் மூலம் வலுவடைந்த வணிகர்கள், கைவினைஞர்கள் (Karashima 1992: 171-80; Karashima, Subbarayalu, Shanmugam 2008) ஆகியோரே பிராமணர்கள் வெள்ளாளர் களுக்குப் பிறகு அதிகாரம் பெற்றுக்கொண்டிருந்த பிற சமூகக் குழுக்கள் ஆவர். இவர்கள் மேலே சுட்டியது போன்ற சில வட்டாரம் கடந்த அமைப்புகளை உருவாக்கினர்; இவர்கள் பெருநிரவி எனப்படும் பெருஞ்சபையில் மேற்கொண்ட பல்வேறு உடன்பாடுகளும் முடிவுகளும் கல்வெட்டுகளில் குறிப்பிடப்பட்டுள்ளன.

மேலே காட்டிய பொ.ஆ. 1227 ஆம் ஆண்டு வாலிகண்டபுரம் கல்வெட்டு, சித்திரமேழி பெரிய நாடு, வாணிய நகரம் ஆகியவற்றின் உறுப்புகளாக யாதவர், நாட்டுமக்கள், மலையமான்கள், அந்தணர்,

பன்னாட்டார், பதினெண் விசயம்[15] என்ற வணிகக் கைவினைக் குழுவின் பகுதியாகக் கைகோளர் போன்ற, சாதியைப் போன்ற குழுக்கள்[16] (caste-like groups) குறிப்பிடப்படுகின்றன; உயர்ந்த சமூகக் குழுவின் உறுப்பினர்களான பிராமணர்கள், ஆரியர்கள் என்றழைக்கப் படுகின்றவர்களின் பெயர்கள் எந்தவொரு சமூகக் குழுவிலும் இல்லை. மேலே மேற்கோள் காட்டிய பொ.ஆ. 1229 ஆம் ஆண்டு குடுமியான் மலைக் கல்வெட்டு, பிராமணன், செட்டி, வெள்ளாளன், இளமையர், படைப்பற்றுகள், தண்டி, பறையர், பட்டர் போன்ற சாதியைப் போன்ற குழுக்களைக் குறிப்பிடுகிறது[17]; மற்றொருபுறம் நாடு(வட்டாரச் சபை), நகரம்(நகரச் சபை), கிராமம் (ஊர்ச் சபை), வன்னியர் (போர்வீரர்க் குழுக்கள்]), படைப்பற்றுகள் (போர்வீரர்[க் குழுக்கள்]) போன்ற நிர்வாகக் குழுக்களையும் குறிப்பிடுகிறது. மேலே மேற்கோள் காட்டிய பொ.ஆ. 1258 ஆம் ஆண்டு செங்கமம் கல்வெட்டு, நாட்டின் பல்வேறு நிர்வாக உறுப்புகளாக, 'அனைத்துச் சாதிகள்' என்ற தலைப்பின் கீழ் பின்வரும் குழுக்களை விவரிக்கிறது[18]: அடிவாரத்து மலையாளர், மலையாள முதலிகள், முதுநீர் மலையாளர், மலையரண் முதலிகள், செட்டிகள், வாணிகர், கணக்கர், கருமப்பேர், பன்னாட்டவர், பன்னாட்டு முதலிகள், பொற்கொற்ற கைக்கோளர், ஆண்டார்கள், சிவப்பிராமணர், மன்றாடிகள், உவச்சர், தென்கரை நாட்டு வடதலை நாட்டவரும் தென்மலை நாட்டவரும், தெல்ல... புலவர், பண்ணுவார், நியாயத்தார், பன்னிரண்டு பணிமக்கள், பெரும்வேடர், பாணர், பறையர், பறை முதலிகள், செக்கிலியர், இறு[ரு]ளர். பன்னிரண்டாம் பதின்மூன்றாம் நூற்றாண்டு கல்வெட்டுகளில் வரும் கரடுமுரடான, பண்பற்ற ஓம்படைக்கிளவி வெளிப்பாடுகள், பன்னிரண்டாம் நூற்றாண்டு பிற்பகுதியிலிருந்து வட்டாரம் கடந்த அமைப்புகளை உருவாக்கி வலுபெற்று வந்த மேற்கண்ட சாதித்தன்மை கொண்ட குழுக்களின் வலிமையைப் பிரதிபலிக்கின்றன.

கல்வெட்டுகளில் அதிகரித்துச் செல்லும் சாதி பற்றிய குறிப்பு

இந்தக் குழுக்கள் பற்றியும், சாதி உருவாக்கத்தின் வளர்ச்சி பற்றியும் ஆராய்வது இந்தக் கட்டுரையின் நோக்கமல்ல; ஆயினும் சாதி பற்றிய ஆய்வுகளில் மேலும் விவாதத்திற்காக மூன்று விடயப் புள்ளிகளைக் குறிப்பிட விரும்புகிறேன். அண்மையில் சிந்தியா தல்போட் (Talbot 2001) ஆந்திரக் கல்வெட்டுகளில் வரும் சாதிப் பெயர்கள் போன்ற சொற்களைப் பற்றி விவாதித்துள்ளார்; அது பற்றி இரு விடயப் புள்ளிகளுக்கு அழுத்தம் கொடுத்துள்ளார். முதலாவது, பதின்மூன்றாம் நூற்றாண்டு ஆந்திரக் கல்வெட்டுகளில், சாதி என்ற

சொல் காணப்பட்டாலும், குறிப்பிட்ட சாதிப் பெயர் (sub-caste) பற்றி குறிப்பிடப்பட்டுள்ளதற்கு ஆதாரம் எதுவும் இல்லை (Talbot 2001:52). இரண்டாவது காகதிய கல்வெட்டுகளில் வரும் சாதிப் பெயர் போன்ற சில சொற்கள், முதன்மையாகத் தொழில் அடிப்படையிலான தரநிலையையே காட்டுகின்ற சொற்கள் ஆகும்; அவை சாதிகளை அல்லது குறிப்பிட்ட சாதியைச் சுட்டவில்லை (Talbot 2001: 55). பொதுவாக, செய்திகளைப் பதிவதிலும், பதியும் முறையிலும் தமிழ்க் கல்வெட்டுகளுக்கும் ஆந்திரக் கல்வெட்டுகளுக்கும் இடையில் பல வேறுபாடுகள் உள்ளன; தமிழ்க் கல்வெட்டுகளுக்கும் கர்நாடகக் கல்வெட்டுகளுக்கும் இடையில்கூட பல வேறுபாடுகள் உள்ளன. இந்த வேறுபாடுகள் இந்தப் பகுதியின் வேறுபட்ட சமூக-பண்பாட்டு அமைவிலிருந்து தோன்றுவன ஆகும். ஆகவே, பதின்மூன்றாம் தமிழ்க் கல்வெட்டுகளில் சாதி (மற்றும் இனம்), குறிப்பிட்ட சாதிக் குழுக்கள் பற்றிய எண்ணற்ற குறிப்புகளைப் பெற்றுள்ளோம், கண்டுள்ளோம்; ஆயினும் ஆந்திரக் கல்வெட்டுகளில் உண்மையான சாதிகள் அல்லது சாதி என்ற சொல்லுக்கு ஆதாரத்தை நடைமுறைப் பூர்வமாகத் தேடுவதற்கு எந்தக் குறிப்பும் கிடைக்கவில்லையானால், ஆச்சரியப்படுவதற்கு ஒன்றுமில்லை.

ஆயினும், தல்போட் கருதிய இரண்டாவது விடயப் புள்ளி மிகுந்த கவனமுடன் இங்கு ஆர்வத்தோடு விவாதிக்கப்படுகிறது. காரணம், தமிழ்க் கல்வெட்டுகளில் குறிப்பிடப்படும் குழுக்கள் பிரதிநிதித்துவப் படுத்திய சமூக வகைநிலை வரிசையைப் புரிந்துகொள்வதற்கு மிகுந்த சிரமம் நிறைந்தது ஆகும். அக்குழுக்கள் கல்வெட்டுகளில் சாதி என்று குறிப்பிடப்பட்டாலும், இச்சொல்லை இக்காலச் சமூகவியலாளர்கள் வழங்கும் பொருளில் வழங்க வேண்டிய அவசியமில்லை. தல்போட் மேற்கொண்ட பகுப்பாய்வைக் கவனத்தோடு கை கொண்டு, தமிழ்க் கல்வெட்டுகளில் குறிப்பிடப்படும் சாதி போன்ற குழுக்களை மூன்று வகை குறிப்பீடுகளைக் கொண்டிருந்தவை எனப் பின்வருமாறு பகுக்கலாம்:

1) பட்டப்பெயரால் தெரியும் சமூகத் தகுதி நிலை
2) தொழிலால் தெரியும் சமூகத் தகுதி நிலை
3) குடிவழி அல்லது குருதிவழி உறவால் தெரியும் சமூகத் தகுதி நிலை.

செங்கமம் கல்வெட்டில் குறிப்பிட்ட குழுக்களில், நாட்டு முதலிகள் என்னும் பட்டப் பெயர் சமூக தகுதி நிலையைக் காட்டுவதால்,

அதுவே குறிப்பீடு ஆகும்; கணக்கர் என்பது தொழிலைச் சுட்டும் குறிப்பீடு ஆகும்; எந்தப் பிற குழுவோடும் திருமண உறவு கொள்ளாத குழுவான பறையர் என்பது குடிவழிக் குறிப்பீடு ஆகும். ஆயினும், ஒரு எடுத்துரைப்பில் இந்த அனைத்து வேறுபட்ட குறிப்பீடுகளின் வருகையையும் ஊகிப்பதும், குறிப்பிட்ட குறிப்பீட்டுடன் குறிப்பிட்ட குழுவை அடையாளம் காணுவதும் மிக மிகச் சிக்கல் நிறைந்ததாகும். செங்கமம் கல்வெட்டில் உள்ள பல குழுக்களை இந்தக் குறிப்பீடு களில் அடையாளம் கண்டு எடுத்துரைப்பது எளிதானதல்ல, அல்லது சாத்தியமற்றது. மேலும், ஒரு குழுவை ஒன்றுக்கும் மேற்பட்ட குறிப்பீடுகளுடன் அடையாளம் காணவும் முடிகிறது. பதின்மூன்றாம் நூற்றாண்டு தமிழகத்தில் சாதி உருவாக்க நிலையில் இருந்து கொண்டுள்ளது என்ற உண்மையிலிருந்து இந்தச் சிக்கலான அல்லது ஐயப்பாடான நிலை தோன்றுகிறது.

ஆயினும், பதினைந்தாம் நூற்றாண்டு கல்வெட்டுகளில் மேலே குறிப்பிட்ட மூன்று குறிப்பீடுகளிடையேயான வேறுபாடு மங்கிக் கொண்டிருப்பதாக அல்லது ஒன்றிணைந்து கொண்டிருப்பதாகப் புலப்படுகிறது; இடங்கை, வலங்கைக் குழுக்களின் கலகங்கள் பற்றிய கல்வெட்டுகளில்[19] எடுத்துரைக்கப்பட்ட சாதிக் குழுக்கள் செங்கமம் கல்வெட்டில் உள்ளதைவிட எண்ணிக்கை குறைந்து, சிக்கல்பாடு குறைந்துள்ளன. அவை பிரித்தானிய ஆவணங்களில் முடிவுக்கு வந்து விட்டன. ஆயினும், பன்னிரண்டாம் பதின்மூன்றாம் நூற்றாண்டுக் கல்வெட்டுகளில் சாதி போன்ற அல்லது சாதிக் குழுக்களை, பிள்ளை, நத்தமக்கள் போன்ற முன்னாள் மலைப் பழங்குடிக் குழுக்களை, அவர்கள் செயல்பாடுகளோடு தொடர்புபடுத்தி நோக்கினோமானால், பின்னாளில் சாதி என்று வரும்போது பறை சாற்றப்படும் குழு ஒற்றுமை என்கிற ‘ஒருமை’ என்னும் பண்பு இல்லாமல் இருப்பது தென் படுகிறது. எவ்வாறாயினும், பதின்மூன்றாம் நூற்றாண்டு கல்வெட்டுகள் தமிழ்நாட்டில் வளர்ச்சியடைந்து கொண்டிருக்கும் சாதி உருவாக்கம் பற்றிய சித்திரத்தைக் காட்டுகின்றன.

படிநிலை அடிப்படையில் அமைந்துள்ள சாதிமுறை பற்றிய விவாதத்திற்காக மேலும் இரண்டாவது விடயப் புள்ளியை நான் விரிக்க விரும்புகிறேன். கடந்த முப்பது அல்லது நாற்பது வருடங் களாக அறிஞர்கள் சாதிப் படிநிலை பற்றிய பிரச்சனையை விவாதித்துக் கொண்டுள்ளனர்; இந்திய மரபில் சாதிப் படிநிலையின் உச்சியில் இருப்பவர்கள் பிராமணர்களா? சத்திரியர்களா? இருவரில் எவர், அல்லது சமூக ஒழுங்கைப் பேணி வருவதில் முக்கிய பாத்திரம்

வகிப்பது அரசியலா? மதமா? இந்த இரண்டில் எது என்ற கேள்வி மீதான வாதங்களில் கவனம் குவிக்கின்றனர். அறிஞர்கள் ஹோகர்ட் அல்லது/ மற்றும் தூமோவைப் பின்பற்றுகின்றனர். ஆயினும் சாதிப் படிநிலை என்றழைக்கப்படுவதின் நடைமுறை ரீதியான செயல் பாட்டைக் கருத்தில் கொண்டோமானால், பிராமணர்களுக்கும் அரசருக்கும், மதத்திற்கும் அரசியலுக்கும் உள்ள கூட்டிசைவாக்கம் என்பதை ஏற்றுக்கொள்வது மிக முக்கியத்துவம் வாய்ந்தது என்று படுகிறது. இந்திய வரலாற்றில் நீண்ட காலம் ஒருபுறம் ஆள்வோர்களாக விளங்கிய பிராமணர்களுக்கும் சத்திரியர்களுக்கும் (அல்லது உயர் சாதிகளுக்கும்), மறுபுறம் ஆளப்படுவோர்களாக விளங்கிய பிற குழுவினருக்கும் (வைசியர், சூத்திரர் என்று கொள்கையளவில் வகைப்படுத்தப்படும் குழுவினருக்கும்) இடையே பகைமை நிலவியது சமூகத்தில் மிகுந்த முக்கியத்துவம் வாய்ந்ததாக உள்ளது. தென்னிந்தியாவில் சத்திரியர் என்று முறையாக அழைக்கப்பட்ட எந்தக் குழுமங்களும் இல்லை; பண்டைக் கால, இடைக்காலத் தமிழ்நாட்டில் சத்திரியர்களின் பாத்திரத்தை ஆற்றியவர்களாக, உயர்ந்த சாதியான வெள்ளாளர்களைக் கருத முடியும்.[20] பிராமண-வேளாள நல்லியல்பை இழந்து, கீழ்சாதிகள் இயல்புடன், அதனுடன் முரண்படுதலைக் குறிப்பிடும் மேலே மேற்கோள் காட்டிய திருக்கச்சூர் கல்வெட்டில் பிராமணர் வேளாளர் கூட்டுறவுக்கு ஒரு நல்ல எடுத்துக்காட்டைக் காணலாம். பிராமண-வேளாளக் கூட்டணிக்கும் இடங்கை வலங்கை குழுக்களாக ஒருங்கிணைந்த பிற குழுக்களுக்கும் இடையே நிலவிய மோதல்களுக்கு மேலே காட்டிய இடங்கை வலங்கை கலகங்களைக் குறிப்பிடும் பதினைந்தாம் நூற்றாண்டுக் கல்வெட்டில் மிகச் சிறந்த எடுத்துக்காட்டைக் கண்டுகொள்ள முடியும்.

அரசியல் நிலையற்ற தன்மையும் சாதி உருவாக்கமும்

உண்மையான சாதிப் படிநிலை தரப்படுத்தல் அரசர்கள், அரச அலுவலர்கள், வட்டாரத் தலைவர்கள் ஆகியோரால் மேற்கொள்ளப் பட்டது.[21] ஆகவே சமூக ஒழுங்கைப் பேணுவதற்குச் சாதிப் படி நிலையை அரசியல் அதிகாரம் முறைப்படுத்தியது. ஆயினும், நீண்ட வரலாற்றுக் காலத்தில், சில நேரங்களில் அரசர்களுடைய அதிகாரம் தேய்வடைந்தது; சமூக ஒழுங்கின்மை தலைதூக்கியது. இந்தக் கால கட்டங்களில் சாதி உறவு முறைப்படுத்தல் காணாமல் போய்விட்டதா? தளர்ந்து போய்விட்டதா? இது தொடர்பாக, சாதி உருவாக்கத்திற்கும் அரசியல் நிலையற்ற தன்மைக்கும் இடையே உள்ள உறவு பற்றி இண்டேனுடைய கருத்தை நினைத்துப் பார்க்க வேண்டும்:

இந்து அரசமுறையின் நவீன வடிவம் (இதை விளக்கியுரைக்க முடியாது எனினும்) ஒருவாறான மறு ஒழுங்கமைத்தலுக்கு 'சாதிகள்'-இன் அமைவாக்கம் இட்டுச் சென்றாலும்கூட, அங்கு (Inden 1976) நான் இந்து அரசமுறை அழிந்து விட்டதைக் காட்டியுள்ளேன். பதின்மூன்றாம் பதினான்காம் நூற்றாண்டு முன்பு வரைகூட தோன்றாத இந்திய நாகரிகத்தின் தனிச்சிறப்பான நிறுவனமான சாதிகள், இந்து அரசமுறையின் பலவீனத்திற்கும் அழிவுக்கும் காரணி அல்ல; ஆனால் அதன் விளைவு ஆகும் (Inden 1990:92).

ஆயினும் இண்டேனால் ஆய்வு மேற்கொள்ளப்பட்ட, பல்வேறு சாதியைப் போன்ற குழுக்களாய் விளங்கும் சாதிகளிடையில் நடை பெற்ற கலப்புத் திருமணம் தோற்றுவித்த பல சாதிகள் வாழ்ந்த இடைக்கால வங்காளத்தில் நிலவிய சூழல், அதே காலத் தமிழ்நாட்டிலிருந்து வேறுபட்டதாய்த் தென்படுகிறது. மேலே விவரித்தது போல, பதின்மூன்றாம் நூற்றாண்டு முழுவதும் அரசியல் நிலையற்ற தன்மையும் சமூக ஒழுங்கின்மையும் நிலவிய காலக்கட்டத்தின் போது தமிழ்நாட்டில் சாதிகளின் உருவாக்கமும் அதன் விளைவாகப் படிநிலை மறு-ஒழுங்காக்கமும் முடக்கி விடப்பட்டது.[22] ஆனால் சாதி உருவாக்கத்தின் வளர்ச்சி கலப்புத் திருமணத்தால் நடைபெறவில்லை. வட்டார சமூக ஒழுங்கில் அதிகாரம் பெற்ற சில புதிய குழுமங்கள் ஒருங்கிண்ணைந்ததின் வழியாகச் சாதி உருவாக்கம் நடைபெற்றது. புதிய, பழைய குழுக்களுக்கு இடையிலும், அல்லது புதிய குழுக்கள் மத்தியிலும் ஆதிக்கத்திற்கான போராட்டம் சாதிப் படிநிலை மறு-ஒழுங்காக்கம் செய்யப்படுவதற்கான காரணி ஆகியது. புதிய படி நிலையின் நிறுவல் அரசனால் முறைப்படுத்தப்படவில்லை; வட்டார மக்கள் ஒருங்கிணைத்த சபைகளால் முறைப்படுத்தப்பட்டது.

அரசனோ அல்லது சபையோ, யார் முறைப்படுத்தும் முகாமையாக விளங்கினாலும், சாதிப் படிநிலை முறைப்படுத்தலில் பிராமணியக் கருத்துநிலையே தொழிற்பட்டது என்பதை நாம் இங்கு குறிப்பிட்டே ஆகவேண்டும். கடந்த கால வரலாறு முழுவதையும் நோக்கினோ மானாலும், மன்னரோ, மக்களோ எவரென்றாலும் நீதி வழங்குவதற்கு மனுஸ்மிருதியே ஆதாரமாய் விளங்கியது. "அனைத்துச் சாதிகளும் அந்தணன் தலையாக அரிப்பன் (பறையன்?) கடையாக "(செங்கமம், AD 1258), அல்லது 'இந்த உடன்படிக்கைக்கு எதிராகத் திரும்பும் எவராயினும் கீழ்ச்சாதியினும் கீழ்ச்சாதி ஆவான்'(வலிகண்டபுரம், AD 1227), 'இத்தானத்திற்கு அதம் பண்ணியவன் எவனோ அவன் தன்

மிணாட்டியைக் குதிரைக்குப் புல்லு பறிக்கிற புலையனுக்குக் கொடுப்பான்' (வலிகண்டபுரம், AD *1240*) போன்ற தொடர்களைச் சேர்த்துக் கொள்வதன் மூலம், பதின்மூன்றாம் நூற்றாண்டின் அரசியல் நெருக்கடியின்போது வெட்டப்பட்ட கல்வெட்டுகளில் உள்ள புதிய ஓம்படைக்கிளவிகள் சாதிப் படிநிலையைக் குறிப்பிட்டன. ஒவ்வொரு குழுவின் எல்லைக்கோடுகளும் ஜனநாயகப் பூர்வமாக இருந்து கொண் டிருக்கக்கூடிய வட்டாரச் சமூகத்திற்குள், புதிய குழுவின் ஈர்ப்பு நிலை வளர்ச்சிக்கேற்பவும், ஒரு குறிப்பிட்ட அளவிற்கு பிராமணியக் கருத்து நிலையினுடைய தூய்மை/ தீட்டு என்ற எதிர்நிலை அடிப்படைகளின் மீதும், அவர்களின் சார்பளவிலான நிலை முடிவு செய்யப்பட்டது.

அதே வேளையில், பிராமணர்களுக்கு எதிராகவும், ஏன் பிராமணக் கருத்துநிலைக்கு எதிராகவும்கூட நிலவிய மக்களுடைய தீராப்பகை உணர்ச்சிகளையும் நாம் ஏற்றுக்கொள்ள வேண்டும். உதாரணமாக, மேலே ஆய்வு செய்த இரத்தினகிரி கல்வெட்டில், பிராமணர்களின் கண்களைத் தோண்டி மூக்கை அறுக்கும், பெருங்கோபக் கனலைக் கக்கும் எண்ணம் இதற்கு ஒரு சான்றாகும். பன்னிரண்டாம் பதின்மூன்றாம் நூற்றாண்டுகளில் இடங்கை/ வலங்கை குழுவின் உருவாக்கத்தின் மூலம், சாதிகள் தங்கள் சொந்தப் படிநிலை ஏற்பாடு வழியாக இடங்கை, வலங்கை ஆகியவற்றுள் சாதிக் குழுக்கள் இரு கிளைகளாகப் பிளவுற்றதால், பிராமணியப் படிநிலை மாறும் மக்கள் மனநிலைக்குச் சவால் விடுக்கப்பட்டது என்பதை நாம் உணர்ந்து கொள்ளமுடியும். ஒவ்வொரு குழுவிலுமே இடங்கை/ வலங்கை வரை விளக்க-ஒழுங்கை மீறுவோரும் இருந்திருக்கலாம்; இந்தக் கருத்தை ஏற்றுக் கொள்ளுவதற்குக் கடின வரம்புகளும் இருந்திருக்கலாம். இந்தச் சவாலில் வளர்ந்து செல்லும் அவர்களின் அரசியல், பொருளாதார அதிகாரத்தின் மூலம் வெற்றி பெற்றிருக்க முடியும். என்றாலும்கூட, சாதிப் படிநிலை மறு-ஒழுங்காக்கத்தின் வளர்ச்சியில் பழமைவாதக் கருத்துநிலையின் தாக்கத்தையும் நாம் ஏற்றுக்கொண்டே ஆக வேண்டும்.

மூன்றாவது விடயப் புள்ளியாக, அரசியல் பார்வை என்று அழைக்கப்படும், குறிப்பாகச் சாதி உருவாக்கத்தில் வட்டார அதிகாரம் ஆற்றும் பாத்திரம் பற்றிய நோக்கான, சாதி முறை பற்றிய ஹோகர்டியன் நோக்கைத் தொட்டுக் காட்ட விரும்புகிறேன். சாதி உருவாக்கத்தில் அரசனுக்கு மையமான பங்கு உள்ளது என்றே கருதுகிறார் டர்க்ஸ் (Driks 1987,1989); இது தொடர்பில் கொடானியும் தனபேவும் வட்டார அரசியல் அதிகாரம் மீது அதிகக் கவனம்

செலுத்துகின்றனர் (Kotani 2002; Tanabe 2003,2005). வலிமையான அரச மரபுகள் மறைந்துபோன பதின்மூன்றாம் நூற்றாண்டின் தென்னிந்தியாவில் சாதி உருவாக்கம், அதன் மறு-ஒழுங்காக்கம் ஆகியவற்றைப் பார்ப் பதற்கு, டர்க்ஸ் முன்வைத்த கருத்தை விட, கொடானியும் தனபேவும் முன்மொழிந்த வாதவழியையே நான் ஓரளவுக்குப் பின்பற்றுகிறேன்.

இந்த விடயப் புள்ளி பற்றி விவாதிப்பதற்குத் தொடர்புடைய ஆதாரங்களாய் இருப்பது, வட்டாரத்தின் பல்வேறு குழுக்கள் பெருஞ் சபையில் மேற்கொண்ட முடிவுகள் பற்றி குறிப்பிடும் கல்வெட்டுகளே ஆகும். சித்திரமேழி பெரிய நாட்டார், ஐந்நூற்றுவர் ஆகியோர் கூடிய பெருஞ்சபையில் மேற்கொள்ளப்பட்ட முடிவைக் குறிப்பிடும் திட்டக்குடி கல்வெட்டு (SII VIII: 291, AD 2167, SA), விஷ்ணு கோயில் அமுதுபடி சாத்துபடிகளுக்கும் திருப்பணிகளுக்கும் திருவிழா தேவைகளுக்கும் நாட்டு உறுப்பினர்கள் ஆண்டுதோறும் நெல்லும் காசும் பின்வரும் முறையில் கொடுக்க வேண்டும் எனக் கூறுகிறது: "ஏரால் பதக்கு நெல்லும் ஆளால் குறுணி நெல்லும் மாலைக் கட்டி பரிமாறுவார் ஆளுக்கு ஐஞ்சு காசும் இடக் கடவார்களாகவும், நங் கீழ்பணிமக்கள் இரண்டு காசு இடக் கடவார்களாகவும், நம் ஊர் கோபாலர் குடியால் நா நாழி நெய்யளக்கக் கடவார்களாகவும்."

இந்தக் கல்வெட்டில், சித்திரமேழி பெரியநாட்டார் குழு உறுப்பினர் களையோ, ஐந்நூற்றுவர் குழு உறுப்பினர்களையோ எடுத்துரைக்க வில்லை. ஆனால் சித்திரமேழி பெரியநாடு, வேளாளர்களையும் உள்ளடக்கிய - சில வேளைகளில் பிராமணர்களையும் கூட உள்ளடக்கிய - உழவர் களின் அமைப்பு ஆகும். ஐந்நூற்றுவர் பல்வேறு வணிகர், கை வினைஞர் குழுக்களின் அமைப்பு ஆகும். இந்த அமைப்புகளால் ஒன்றிணைந்த குழுக்கள் ஏதோ தரவரிசை பகுப்பிற்குள் சங்கமம் ஆயினர்[23] அல்லது மேற்காட்டிய குடுமியான்மலைக் கல்வெட்டில் பார்த்ததுபோல, 'அந்தணன் தலையாக பள்ளன் கடையாக' என்று கூறப்பட்ட படிநிலையின்படி வரிசைப்படுத்தப்பட்டிருக்க வேண்டும். சில பொழுது குழு உறுப்பினர்கள் தொழிலின்படியும் தர நிலையின் படியும் குழுக்களின் படிநிலை வரிசை, அக்குழுக்களின் உறுப்பினர் களுக்கு ஒதுக்கப்பட்ட, செலுத்த வேண்டிய பங்கு ஆகியவை பற்றிய முடிவு செய்யக் கருத்தில் கொள்ளப்படுகிறது; சாதி உறவுகள் முறைப்படுத்தலில் முன்கூறிய வட்டாரம் கடந்த மற்றும்/ அல்லது குழுமம் கடந்த அமைப்புகள் அதிகாரப் போட்டியில் ஈடுபடுகின்றன என்று முடிவு செய்யலாம்.

ஏர், ஆள் ஆகியவற்றின் அடிப்படையிலேயே செலுத்த வேண்டிய பங்கு முடிவு செய்யப்பட்டது என்பதிலிருந்து இந்த அமைப்புகளை நிறுவிய மக்கள் மத்தியில் சமத்துவச் சமூகம் பற்றிய உணர்வு இருந்தது என்று நாம் வாதிட முடிந்தது; கல்வெட்டில் 'நம் கீழ்ப்பணி மக்கள்' என்று குறிப்பிடப்பட்டதிலிருந்து தலைகீழாகவும் வாதிடலாம். ஆயினும், இந்த மூன்று விடயப் புள்ளிகள் மீது மேலதிக விவாதம் இந்த ஆய்வின் வாய்ப்பு எல்லைக்கு அப்பால் செல்லுகிறது. பதின் மூன்றாம் நூற்றாண்டுத் தமிழ்நாட்டில் ஆள்கிற கருத்துநிலை, ஆட்சி செய்த கருத்துநிலை, மரபார்ந்த கருத்துநிலை, புத்துயிர்ப்பான கருத்துநிலை ஆகியவற்றுக்கு இடையில் ஒன்று மற்றொன்றை எதிர்த்து ஆதிக்கம் பெறுவதற்கான போட்டிக் களத்தில் சாதி உருவாக்கம் மலர்ந்தது என்னும் பார்வையைப் பெற்றதற்கு நாம் திருப்தி கொள்வோம். கல்வெட்டுகளில் புதிய வகை ஓம்படைக்கிளவிகளின் எழுகையே இந்தச் சண்டைக் களத்தை வெளிப்படுத்துகிறது.[24]

சுருக்கக் குறியீடுகள்

Cb = Coimbatore, Cg=Chingleput, NA=North Arcot, Nl=Nellore, Pd=Pudukottai, SA=South Arcot, Tj=Thanjavur, Tp=Tiruchirapalli

குறிப்புகள்:

1. செப்பேடுகளில் ஓம்படைக்கிளவித் தொடர்கள் (இவற்றுடன் அதற்கு முன் இடம் பெற்றிருக்கும் தொடர்களும்கூட) வியாசர் முதலானோரின் சுலோகங்கள் போன்றவற்றுக்குக் கிழோ அல்லது மதம் சார்ந்த (வடமொழிச்) சுலோகங்களுக்குக் கீழோ வழக்கமாக இடம்பெற்றுள்ளது (Sircar 1965 : 141).

2. மனுஸ்மிருதியில், 'பார்ப்பனக்கொலை (பிரம்மஹத்தி), சுரா பானம் அருந்துதல், பார்ப்பனரின் பொன்னைக் கவர்தல், குரு பத்தினியைப் புணர்தல், இப்பாதகங்களைச் செய்தோருடன் கூடியிருத்தல் ஆகியவை ஐந்தும் பஞ்ச மாபாதகங்கள்' ஆகும் (XI:55). பசுக்கொலை புரிதல் மனுஸ்மிருதியில் உப பாதகங்களில் ஒன்றே ஆகும் (XI :60).

3. குப்த அரசர் இரண்டாம் சந்திர குப்தரின் மகள் பிரபாவதி குப்தர். வாகாடக அரசர் இரண்டாம் ருத்ரசேனரை மணந்து கொண்டார். இது இந்த இரு அரச மரபினரிடையே இருந்த நெருக்கமான உறவைக் காட்டுகிறது.

4. இதே மாதிரியான ஓம்படைக்கிளவிகளை எண்ணற்ற கல்வெட்டுகள் கொண்டுள்ளன. கங்கையிடை குமரியிடை தூரமாக 700 காதத் தூரத்தைக் குறிப்பிடுவதில் சில கல்வெட்டுகள் வேறுபடுகின்றன. உதாரணமாக, இந்த வேறுபாடுகளை SII XIII: 297,302, SII XIX : 446 எண்ணுடைய கல்வெட்டுகளில் காண முடியும்.

5. உதாரணமாக, குளத்தின் பராமரிப்புக்குப் பணம் செலுத்தாதவரிட மிருந்து ஊர்ச் சபை 25 கழஞ்சு தண்டம் வசூலித்ததை SII VIII:805 (AD 996) இல் குறிப்பிட்டுள்ளது.

6. ஆரம்பக் காலங்களிலேயே, கொடையைக் குறிப்பிடும், குறிப்பாகப் பார்ப்பனர்களுக்கு நிலக்கொடை வழங்கியதைக் குறிப்பிடும் கல்வெட்டுகளில் மங்கல வாழ்த்துக்கள் உள்ளன. உதாரணமாக, மேலே காட்டிய புத்தகுப்தரின் தாமோதர்ப்பூர் கல்வெட்டு, 'இந்த நிலக்கொடையைப் பெற்றோர் அறுபதினாயிரம் வருசம் ஆண்டு அனுபவித்துக் கொள்வார்களாக' என்ற மங்கல வாழ்த்தைத் தந்துள்ளது (EI XV:136).

7. முன்பே சொல்லியது போல, மனுஸ்மிருதியில் பசுக்கொலை உப பாதகங்களில் ஒன்றாகவே எண்ணப்படுகிறது (XI: 60).

8. இடங்கை என்பது இடது கை என்ற அர்த்தத்திலும், வலங்கை என்பது வலது கை என்ற அர்த்தத்திலும் கல்வெட்டில் இடம்பெற்றுள்ளது. 98, 79 முதலான எண்ணிக்கையுடைய இந்த இரு குழுக்களும் பல்வேறு கீழ்சாதிகள், பெரும்பாலும் கைவினைஞர்கள், வணிகர்கள், மலைப் பழங்குடி வீரர்கள் ஆகியோர் உள்ளிட்ட மிகப் பெரிய சபை ஆகும். இதற்குப் பார்க்க : எட்டாவது இயல், Karashima (1992), Karashima and Subbarayalu (2002).

9. 'மோவாய் புக்கு முலை வளர்ந்தான்' என்ற தொடர், ஆண் தன்மை இழந்து பெண் தன்மை பெறும் பேடியைக் குறிப்பது ஆகும்.

10. பிரிட்டிஷ் காலகட்டத்தின் தமிழ்நாட்டுச் சேரிவாழ் சாதிகளில் ஒருவர் புலையர் ஆவர்.

11. பன்மையார்(ன்) கீழ்ச்சாதிகளில் ஒருவர் எனத் தோன்றுகிறது.

12. இந்த நிலைமை, ஐந்து பிராமணச் சகோதரர்களின் அட்டூழியங் களைக் குறித்து உள்ளூர் மக்கள் எடுத்த முடிவைப் பற்றி குறிப் பிடும், ஜடாவர்மன் சுந்தர பாண்டியனின் திருக்கச்சூர் கல்வெட்டில் நன்கு வரைந்து காட்டப்பட்டுள்ளது எனலாம் (SII XXVI: 333, AD

1263, Cg). அக்கல்வெட்டின்படி உள்ளூர் மக்கள் விடுத்த வேண்டு கோள்படி சில தலைவர்கள் ஐந்து சகோதரர்களைக் கைது செய்தனர். ஆனால் திரும்பவும் பிரச்சனை தொடங்கியது, மற்றொரு தலைவர் அவர்களைக் கைது செய்ய வீரர்களை அனுப்பினார். பாண்டிய அரசன் அனுப்பிய வீரர்களால் அவர்களில் இருவரை மட்டுமே கைது செய்ய முடிந்தது, மீதமிருந்த மூன்று சகோதரர்கள் காட்டிலிருந்து கொண்டு தொடர்ந்து சண்டையிட்டனர்; பின்னர் அவர்கள் தண்டிக்கப்பட்டனர்.

13. இந்த அமைப்புகள் பற்றி மேலும் அறிவதற்குப் பார்க்க : Karashima and Subbarayalu (2004), எட்டம் இயல், Karashima (1992), Karashima and Subbarayalu (2002).

14. முன்னர் மேற்கோள் காட்டிய மன்னார்குடி கல்வெட்டில் குறிப்பிடப்பட்ட உடன்படிக்கையின் சில பகுதிகளால் பிராமணர் களுக்கும் வெள்ளாளர்களுக்கும் பகை நிலவியதை உணர முடிகிறது. இது பற்றி, பார்க்க: Subbarayalu (2001b), Karashima and Subbarayalu (2004).

15. பதினெண் விசயம், ஐந்நூற்றுவர் குழுவைப் போன்றது (Karashima and Subbarayalu (2004).

16. இந்தக் குழுக்களை அடையாளம் காணுவது மிக மிகச் சிரமம் ஆகும். ஆனாலும் ஏகதேசமான இந்தச் சொல்லை நான் வேண்டுமென்றே பயன்படுத்தியுள்ளேன். இந்தக் குழுக்களைக் குறிப்பிடுவதற்குக் கல்வெட்டுகளில் சாதி என்ற சொல் பயன்படுத்தப்படுகிறது; சாதி என்ற கலைச்சொல்லையும் பயன்படுத்தலாம். ஆனால் அன்றைய சாதி என்ற சொல் பயன்பாட்டை இன்றைய சமூகவியலாளர்களின் பயன்பாட்டோடு குழப்பிக் கொள்வதைத் தவிர்க்க வேண்டும்.

17. கல் உடைந்திருப்பதால், கல்வெட்டில் பிராமணர், செட்டி ஆகிய வற்றிடையே இடைவெளி உள்ளது. முதல் மூன்று குழுவினர் காணியாளர் என்று வரையறுக்கப்படுகின்றனர். அடுத்த மூன்று குழுவினர் குடிமக்கள் என்று விளக்கப்படுகின்றனர். பறையர், பள்ளர் சமூகத் தரத்தில் மிகவும் கீழான நிலையில் வைக்கப் பட்டிருக்க வேண்டுமாதலால், எந்தவொரு குழுவின் கீழும் அவர்கள் பெயர் இடம்பெறவில்லை.

18. கல்வெட்டின் தொடக்கப் பகுதியில் நாட்டின் பல்வேறு நிர்வாகக் குழுமங்களை வரிசைப்படுத்திக் கூறும்போது, 'உள்ளுப்பட்ட பல

சனத்தோம்' என்று தொகுத்தும், இந்த வரிசைப்படுத்தலின் முடிவில் 'உள்ளிட்ட அனைத்துச் சாதிகளும்' என்ற தொடரும் இடம்பெறுகிறது.

19. இந்தக் கல்வெட்டுகளில் சாதி என்ற சொல் இடம்பெறவில்லை, கொருக்கை, திருவைகாவூர் கல்வெட்டுகளிலிருந்து வலங்கை தொண்ணூற்றெட்டு அல்லது இடங்கை தொண்ணூற்றெட்டு குழுவில் இடம்பெற்றுள்ள பின்வரும் குழுமங்களின் பெயர்களைச் சேகரித்துள்ளோம்: செட்டிகள், கைகோளார், சேனைகடையாளர், சாலிகர், நியாயத்தார், சேணியர், மன்றாடி, இடைத்துறை, கோயிலங்காடிகள், சிவன்படவர், வாணியர், செக்கு வாணியர், கம்மாளர், கொல்லன், தச்சன், தட்டான், வண்ணத்தார், நாவிதன், வண்ணான், காவல்காரன், கைவினை பறையர், சார்வக்காறர், இளம்புஞ்சை. இந்தக் குழுக்களில் பெரும்பாலானவை தொழில் சார்ந்தவை என்று நாம் கூற முடியும் (Karashima **1992:145**).

20. சோழ அரசக் குடும்பம் வேளாளர் இல்லையாயினும், அரசில் மிகுந்த ஆதிக்கம் செலுத்திய, சோழ அரசிலும் சமூகத்திலும் ஆளும் வர்க்கமாய் வேளாளர் அமைந்தனர். மூன்று தமிழ் அரசக் குடும்பங்களுக்கும் சேவை செய்தவர் என்று பொருள்படும், மூவேந்த வேளான் என்ற பட்டம் அரசரால் உயர்ந்த, முக்கியமான அரச அலுவலர்களுக்கு அளிக்கப்பட்டது.

21. சிறந்த உதாரணமாக, வங்காள அரசன் வல்லாள சேனனால் மேற்கொள்ளப்பட்ட முறைப்படுத்தல் பார்க்கப்படுகிறது (Inden 1976: 60ff). கோடானி அரசிலிருந்து அரசனை வேறுபடுத்துவதன் வழியாக, பதினேழாம் பதினெட்டாம் நூற்றாண்டு மராத்தியர் நிர்வாக ஆவணங்களில் உதாரணங்களைக் கண்டுபிடித்துள்ளோம் (Kotani 2002: 192ff). தமிழ்நாட்டில் சில விசயநகர அரசு கல்வெட்டு, (சில பகுதிகளுக்கு அரசு அலுவலர்களாகப் பொறுப்பேற்றிருந்த) நாயக்கர்கள் சில குழுமங்களுக்குத் தனி உரிமைகள் வழங்கி முறைப் படுத்தினார்கள் என்று குறிப்பிடுகிறது (Karashima 1992: 165). இரு குழுமங்களால் தனி உரிமை பற்றி எழுந்த தகராறு மீது நாயக்கருடைய முடிவைக் குறிப்பிடும் கல்வெட்டுகளும் இருக்கின்றன (Karashima 1992 : 24).

22. புதுக்கோட்டையில் 'குற்றரசு' என்றழைக்கப்பட்டதின் உருவாக்கம் பதின்மூன்றாம் நூற்றாண்டு முழுவதும் நடந்த அரசியல் தகராறு களின் வளர்ச்சியில் தொடங்கி, நடந்தது என்று கருதலாம் (Dirks 1987:139-55). ஆயினும், குற்றரசு உருவாக்கப்பட்ட நூற்றாண்டுகள்

வரை புதுக்கோட்டை திறந்த நிலமாகக் கிடந்தாலும், முறையான நிர்வாக முறையை அறிமுகப்படுத்திய சோழ, பாண்டிய, விஜயநகர அரசுகளால் புதுக்கோட்டை கண்டுகொள்ளப்படாத பகுதியாக இருந்தது (Subbaralayu 2001a).

23. உதாரணமாக, பெரியபாளையம் சர்கார் கல்வெட்டில் (ஆவணம் 6/12, AD 1289, Cb), இரு படைவீரர் குழுக்கள், அவர்களின் இரண்டாம் நிலையைக் குறிக்கும் வகையில், நம் மக்கள் என்று வகைப் படுத்தப்படுகின்றனர். இந்தப் பகுப்பு பற்றி காண, பார்க்க: Karashima and Subbarayalu (2002: 82).

24. 2004 இல் இந்தக் கட்டுரை எழுதி முடிக்கப்பட்ட பிறகு எந்த மாற்றமும் செய்யவில்லை. ஆனால் பிறகு வெளியான சில கட்டுரைகளை அடிக்குறிப்பிலும் சான்றாதாரப் பட்டியலிலும் இணைத்துள்ளேன்.

நன்றியறிதல்

இந்தக் கட்டுரையின் வரைவைக் கண்டு, செழுமைப்படுத்து வதற்குப் பயனுள்ள ஆலோசனைகள் நல்கிய ஜி. யாமாசாகி, எ. சுப்பராயலு, அகிஒ தனபே ஆகிய பேராசிரியர்களுக்கும், தமது மைசூர் அலுவலகத்தில் உள்ள வெளியிடப்படாத கல்வெட்டுகளைப் படிக்க அனுமதித்த இந்தியத் தொல்லியல் துறை, கல்வெட்டியல் இயக்குநர்க்கும் கடன்பட்டுள்ளேன். - நொபொரு கராஷிமா

பதினைந்தாம் நூற்றாண்டுத் தமிழ்நாட்டில் ஓர் உழவர் கிளர்ச்சி

கடந்த காலத் தமிழ்நாட்டு சமூக வரலாறு பற்றிய ஆய்வு இன்னும் தொடக்க நிலையிலேயே உள்ளது. இதற்கு இரண்டு காரணங்கள் உண்டு. ஒன்று இத்தகைய ஆய்வு செய்பவர்களுக்கு சரியான கோட்பாட்டு வரன்முறையும், உரிய முறையியலும் இல்லாதது. இரண்டு, கிடைக்கும் சில மூலச் சான்றுகளையும் கூட ஆழ்ந்து படிக்க வேண்டும் என்ற ஆர்வம் இல்லாதது. இந்தக் காரணங்களால் வெளிப்படையாகத் தென்படும் சில செய்திகளும் புறக்கணிக்கப்பட்டு விட்டன. அந்த வகையில் பொது ஆண்டு 1429ஆம் ஆண்டில் தமிழ் நாட்டில் நடந்த ஓர் உழவர் கிளர்ச்சியைப் பற்றிய கல்வெட்டுகள் சில, அறுபது ஆண்டுகளுக்கு முன்பே கிடைத்தும் அக்கிளர்ச்சியின் முக்கியத்துவத்தை இதுவரை வரலாற்றாசிரியர் சரிவர ஆய்ந்து மதிப்பிடவில்லை.

முதன்முதலில் இந்தக் கிளர்ச்சி தொடர்பான ஆடுதுறைக் கல்வெட்டை மார்க்சிய நோக்கில் ஆய்ந்தவர் காலஞ்சென்ற நா. வானமாமலை (Vanamamalai, 1970) ஆவார். ஆனால் அவருக்கு முன்னோடியான பேராசிரியர் நீலகண்ட சாஸ்திரியார் இக்கல்வெட்டின் காலத்தைத் தெளிவாகக் குறிப்பிடாததால் (Nilakanta Sastri, 1955: 552), இதனை சோழர் காலக் கல்வெட்டு என்று கொண்டு சோழராட்சியின் இறுதிக்கட்டத்தில் (13ஆம் நூற்றாண்டு) நிலமானிய முறைக்கு எதிராக எழுந்த கிளர்ச்சிக்கு ஒரு சான்றாக நா. வானமாமலை குறிப்பிட்டார். மேலும் கல்வெட்டு மூலத்தைப் பார்க்காததால், இக்கிளர்ச்சியில் இடங்கை வகுப்பினர் மட்டும் பங்கேற்றதாகக் கூறியுள்ளார். உண்மையில் இக்கல்வெட்டும் இதனோடு தொடர்புடைய வேறுசில கல்வெட்டுகளும் விஜயநகர அரசுக் காலத்தைச் சேர்ந்தவை. அவை கிடைத்துள்ள இடங்களாவன.

1) ஆடுதுறை, பெரம்பலூர் மாவட்டம் (இக. 1913: 34).
2) கீழப்பழுவூர், அரியலூர் மாவட்டம் (இக.1926: 253).

3) விருத்தாசலம், கடலூர் மாவட்டம் (இக. 1918: 92).

4) பெண்ணாடம், கடலூர் மாவட்டம் (இக. 1929: 246).

5) எலவானாசூர், விழுப்புரம் மாவட்டம் (இக. 1938: 49)

6) கொருக்கை, நாகபட்டினம் மாவட்டம் (இக. 1917: 216)

7) திருப்பனந்தாள், தஞ்சாவூர் மாவட்டம் (இக. 1932: 78)

8) திருவைகாவூர், தஞ்சாவூர் மாவட்டம் (இக. 1914: 59)

9) திருவையாறு, தஞ்சாவூர் மாவட்டம் (தெஇக. 5: 554)

இக்கல்வெட்டுகள் யாவுமே விஜயநகர மன்னனான இரண்டாம் தேவராயன் காலத்தில் எழுதப்பட்டவை. முதலில் குறிப்பிட்ட நான்கு கல்வெட்டுகள் சக ஆண்டு 1351, சௌமிய ஆண்டு சித்திரை மாதத்தில் அதாவது 1429 மார்ச்-ஏப்ரல் மாதங்களில், ஒரு சில நாட்கள் இடை வெளியில் எழுந்தவை. நான்கும் ஏறக்குறைய ஒரே செய்தியைப் பற்றித் தெரிவிக்கின்றன. அவற்றின் மையப் பகுதியாவது[1]:

> ...வழுதிலம் பட்டு உசாவடியில் வலங்கை தொண்ணூற்றெட்டும் இடங்கை தொண்ணூற்றெட்டும் நிறைவற நிறைந்து குறைவறக் கூடி இருந்து கல்வெட்டினபடி. இந்த மண்டலத்தில் உசாவடிப் பிரதானி, வன்னியர், சீவிதக்காறர் நெருக்கம் பண்ணினாலும், காணியாளரான பிராமணர், வெள்ளாளர் இப்படிக் கொத்த மனித்தர் இராசகரத்தாரைக் கொண்டு நமக்கு ஒரு தாழ்வு நினைத்தாலும், நம்மிலொருத்தர் வாரவர்க்கு இடங்குடுக்குதல் கோட் சொல்லுதல், சிக்கரசர் பட்டயத்தை அழிக்குதல், கோபினாதன் காலால் இருபத்து நாலு அடியும் விலக்கடியையும் அழித்தல் இவ்வனைவரும் இன்று போலெ கூடி இருந்து கேட்டுக் கொள்ளக்கடவோமாகவும், இந்த மண்டலத்துக்குள்ளே யாதொருத்தர் நாட்டுத் துரோகம் பண்ணுகுதல், காரியம் செய்குதல், கணக்கு எழுதுகுதல், செவிக்குதல் செய்யக் கடவதல்லவாகவும், இப்படிக் கொத்த காரியஞ் செய்தவர்களை மேற்படக் குத்தி கீழ்ப்பட இழுத்துப் போடக்கடவோமாகவும்...

உசாவடி அல்லது சாவடி விஜயநகர ஆட்சிப் பிரிவுகளில் முக்கிய மானது. இது இராச்சியம் என்றும் அழைக்கப்பட்டது. வழுதிலம் பட்டு சாவடி தோராயமாக தென் பெண்ணைக்கும் கொள்ளிடத்துக்கும் நடுப்பட்ட நிலப்பகுதியாகும். இக்கல்வெட்டிலிருந்து கீழ்க்கண்ட செய்திகள் தெளிவாகின்றன.

(1) இது வழுதிலம்பட்டு உசாவடியைச் சேர்ந்த வலங்கை-98, இடங்கை-98 ஆகிய இரு பிரிவு சாதியினரும் ஒருங்கிணைந்து எடுத்த முடிவாகும்.

(2) விஜயநகர ஆட்சியில் உசாவடி ஆளுநரான பிரதானி, படையாளர் ஆன வன்னியர், சீவிதக்காறர் அதாவது ஊதியம் பொருட்டு மானியம் பெற்ற அரச அலுவலர் ஆகியோர் சேர்ந்து வலங்கை இடங்கையினரை நசுக்கினர்.

(3) காணியாளர் ஆக இருந்த பிராமணர், வெள்ளாளர் ஆகியோரும் அதிகாரவர்க்கத்துக்கு உடந்தையாக இருந்தனர்.

(4) ஆகவே, வலங்கை இடங்கையினர் யாவரும் இணைந்து அடக்குமுறைக்கு இனிமேல் பணிவதில்லை, தங்கள் உரிமைக்காகப் போராட வேண்டும் என்று உறுதிபூண்டனர்.

(5) இப்பொழுது உள்ள நில அளவுகோலை யாரும் மாற்றாமல் பார்த்துக்கொள்ள வேண்டும்.

(6) ஏற்கெனவே சிக்கரசரால் தங்களுக்குக் கொடுக்கப்பட்ட உரிமைப் பட்டயத்தை யாரும் புறக்கணிக்கக்கூடாது. (சிக்கரசர் அப்போதைய இளவரசனாக இருக்கலாம்).

(7) அடக்குமுறைக்குப் பணிந்து அதிகார வர்க்கத்துக்கு உடந்தையானவர்கள் சமூக விரோதிகளாகக் கருதப்பட்டு சமூகத்தில் அவர்களுக்கு உரிய இடத்திலிருந்து தூக்கி யெறியப்படுவார்கள்.

அடுத்து ஒரு மாதம் கடந்து அதாவது வைகாசி மாதத்தில், எழுதப்பட்ட எலவானாசூர் கல்வெட்டு கிளர்ச்சியின் அடுத்த கட்டத்தைத் தெரிவிக்கிறது (இக. 1938: 490). இதில் வலங்கை இடங்கைப் பிரிவினரோடு காணியாளரான சபையாரும், தானத்தாரும் சேர்ந்து ஒப்பந்தம் செய்வதாக உள்ளது. இரு சாராரும் "இராசகரத்தார் (அரண்மனையார் அதாவது அரசினர்), சீவிதக்காறர் ஆகியோரின் உபத்திரோகத்தால் நேராக நலங்கினபடியால்" இந்த முடிவுக்கு வந்ததாகத் தெரிகிறது. செய்து கொண்ட ஒப்பந்தம் இனிமேல் அரசுக்கு இறை இறுக்கும் முறை எப்படியென்பதைப் பற்றியது. நெல்லாகச் செலுத்த வேண்டிய வரிக்கு நெல்லும் பணமாகச் செலுத்த வேண்டிய வரிக்குப் பணமும் என்ற முறையிலேயே இனிமேல் இருக்க வேண்டும். நியாயமற்ற வரிகளைச் செலுத்தக்கூடாது. பிராமணரும் வெள்ளாளரும் அதிகாரவர்க்கத்தோடு சேர்ந்து இந்த ஒப்பந்தத்தக்குத் துரோகம் செய்யக்கூடாது. ஒருவர் தன் காணியாட்சியைத் தவிர வேறு ஒருவரின் காணியாட்சிகளை மானியம் ஆகவும், சீவிதம் ஆகவும் பெற்று அனுபவிக்கக் கூடாது. சீவிதக்காறர்கள் தங்கள் உரிமையான

ஊரில் உள்ள ஊரவரை (அதாவது காணியாளரை) அவர்கள் சம்மத
மில்லாத நிலத்தை உழுது பயிரிட வற்புறுத்தக் கூடாது.

இக்கல்வெட்டில் குறிப்பிடப்படும் சபையார் பிராமண
நிலக்கிழார்களைக் கொண்ட பிராமண ஊரின் நிர்வாக மன்றமாகும்.
தானத்தார் என்பவர் பூசாரிகள் முதலிய கோயில் நிர்வாகிகளைக்
கொண்டதாகும். பெரும்பாலும் இவர்கள் பிராமணர்களாகவே
இருப்பார்கள். எலவானாசூர் (பழைய பெயர் இறையானறையூர்)
பிராமணர்களுக்கு உரிய ஊர் அதாவது பிரமதேயம் ஆனதாலும்,
அவ்வூர்க் கோயிலும் நிறைய நிலங்களை தனது உடமையாகக்
கொண்டிருந்ததாலும் அங்கு பிராமணக் காணியாளர் மட்டும்
சிறப்பாகக் குறிக்கப்படுகிறார்கள். வலங்கை இடங்கையில்
தொழிலாளச் சாதிகளும் அடங்கியிருந்தன என்பது கைக்கோளர்
(நெய்வோர்) முதலியோரின் பட்டடை அல்லது தொழிற்கூடம்
எவ்வளவு வரி செலுத்துவது என்ற தீர்மானத்திலிருந்து அறியலாம்.
ஆகவே கிளர்ச்சி துவங்கி சிறிது காலத்திலேயே உழவர்,
தொழிலாளிகள் முதலியவரோடு இணைந்து அரசை எதிர்க்க
காணியாளர் முன்வந்தனர் என்பதை இக்கல்வெட்டு உணர்த்துகிறது.

மூன்றாம் கட்டத்தில் இக்கிளர்ச்சி தெற்கு நோக்கி, குறிப்பாக
தஞ்சை மாவட்டத்தில் கொள்ளிடத்துக்கும் காவிரிக்கும் நடுப்பட்ட
பகுதிக்குப் பரவியுள்ளது. கொருக்கை, திருவைகாவூர், திருப்பனந்தாள்,
திருவையாறு ஆகிய ஊர்க் கல்வெட்டுகள் இதனைப் பற்றிய
செய்திகளைத் தருகின்றன. கொருக்கை, திருவைகாவூர் கல்வெட்டுகள்
கார்த்திகை (1429 நவம்பர்) மாதத்திலும், திருவையாறு கல்வெட்டு மார்கழி
(1429 டிசம்பர்) மாதத்திலும் எழுதப்பட்டுள்ளன. திருப்பனந்தாள்
கல்வெட்டு மிகவும் சிதைந்துள்ளது. எஞ்சிய பகுதியிலிருந்து இதுவும்
கார்த்திகை மாதத்தில் அல்லது சிறிது முன்பாக எழுதப்பட்டதாகக்
கொள்ளலாம். திருவைகாவூர், திருவையாறு கல்வெட்டுகள் அந்தந்த
வட்டாரத்தில் உள்ள சபையார் ஒரு பக்கமும் வலங்கை இடங்கையினர்
இன்னொரு பக்கமும் இருந்து இசைந்து செய்து கொண்ட ஒப்பந்தம்
பற்றியன. கொருக்கைக் கல்வெட்டில் குறிப்பிட்ட பகுதி சிதைந்
திருப்பதால் ஒப்பந்ததாரர் பற்றிய குறிப்புகள் கிடைக்கவில்லை.
ஆனால் இந்த நான்கு கல்வெட்டுகளும் ஏறக்குறைய ஒரே பொருளைப்
பற்றியன என்பதில் ஐயமில்லை. திருவைகாவூர்க் கல்வெட்டிலிருந்து
அறிய வருவது பின்வருமாறு (இ.க. 1914: 59):

(1) இப்பகுதியின் காணியாளரும், குடிகளும் அரசுக்குச் செலுத்த
வேண்டிய வரிகளை, ஏற்கனவே வழுதிலம்பட்டு உசாவடியில்

பல நாடுகளிலும் முடிவான ஒப்பந்தத்தைப் பின்பற்றிச் செலுத்த வேண்டும்.

(2) தங்கள் பகுதி, கன்னடியர் (விஜய நகர மன்னர்) ஆளுகைக்குள் வந்ததிலிருந்து சீவிதக்காறர் ஆதிக்கம் ஏற்பட்டு பலரும் பலவாறு வரிகளை வசூலித்ததன் காரணமாகக் குடிகள் பாழாயினர். அதனால் இனிமேல் தங்கள் நிலங்கள் இறையிலிப்பற்று, பண்டாரவாடை, சீவிதப்பற்று என்று எந்த வகையைச் சேர்ந்ததென்றாலும் அவைகளை அடைப்பு நிபத்தி, குத்தகை, சேர்வை என்ற நில உரிமைகள் பேரில் அதிகாரத்தில் உள்ளவர்கள் பற்றிக்கொள்ளுவதற்கு ஒத்துக் கொள்ளக்கூடாது.

(3) வரிகளைத் தாங்கள் ஒப்பந்தம் செய்து கொண்ட அளவுக்கு மேல் செலுத்தக்கூடாது. இந்த நிபந்தனைகளோடு உழுகுடி களும் பிறதொழில் புரிவோரும் எவ்வெவ்வளவு வரி செலுத்த வேண்டும் என்பதையும் கல்வெட்டின் பெரும்பகுதி விவரிக்கிறது.

கொருக்கைக் கல்வெட்டு உழுகுடிகள், தொழிலாளிகள் ஆகியோரிடம் முதலில் இருந்த மன உளைச்சலையும் பின்பு ஏற்பட்ட துணிச்சலையும் தெளிவாகச் சித்தரிக்கிறது. வரிக் கொடுமையால் மிகவும் நசுங்கிய இப்பகுதிக் குடிகள் தங்கள் மண்டலமான சோழ மண்டலம் விட்டு வெளியில் ஓடிப்போகும் அளவுக்கு மன உறுதியை இழந்தார்கள். ஆனால் அந்த நிலையில் வழுதிலம்பட்டு உசாவடியில் எழுந்த கிளர்ச்சி இவர்களுக்குத் தெம்பைத் தந்தது. "நாம் மண்டலம் சேர இனம் ஒத்து இராதபடிஆலே அல்லோ இப்படி நம்மை அநியாயம் செய்கிறார்கள்" என்று விழிப்படைந்து திருவைகாவூர்ப் பகுதியில் செய்யப் பட்ட ஒப்பந்தத்தைப் போன்று தாங்களும் செய்துகொள்ள முன் வந்தார்கள். ஏற்கெனவே திருப்பனந்தாளில் இதுபோன்ற ஒப்பந்தம் ஏற்பட்டிருந்தது என்பதையும் இக்கல்வெட்டு சுட்டிக்காட்டுகிறது.

மேற்குறிப்பிட்ட ஒன்பது கல்வெட்டுகளையும் சேர்த்து வைத்துப் பார்த்தால் கிளர்ச்சியின் தன்மையைப் புரிந்து கொள்ளலாம். கிளர்ச்சி வழுதிலம்பட்டு உசாவடியில் அதாவது (பழைய) தென் ஆற்காடு மாவட்டத்தில் தொடங்கி ஓர் ஆண்டிற்குள் தஞ்சை மாவட்டத்தின் வடபகுதிக்குள் பரவியது. ஏறக்குறைய 5000 சதுர கிலோ மீட்டர் பரப்பளவு நிலப்பகுதியில் இருந்த குடிகள் கிளர்ந்தெழுந்தார்கள். இதற்கு அடிப்படைக் காரணம் எல்லா இடங்களிலும் இருந்த

வரிப்பளுவாகும். அதோடு சமூகத்தில் வர்க்க முரண்பாடுகளும் தெளிவாக வளர்ந்திருந்தன. மேல்தட்டிலிருந்த அதிகார வர்க்கத்தில் பெரும்பாலும் தமிழ் நாட்டுக்கு வெளியேயிருந்து வந்த படைத் தலைவர்களான கன்னடிய நாயக்கர்களும்[2], அவரை அண்டியிருந்த உள்நாட்டுப் படைக் கூட்டத்தினரும் இருந்தார்கள். இரண்டாம் வர்க்கம் நில உடமையாளரான காணியாளர்களைக் கொண்டது. மூன்றாம் வர்க்கத்தில் வலங்கை இடங்கைப் பிரிவினர் இருந்தார்கள். வலங்கையிடங்கையினரை காணியாளர் நசுக்கினர். இந்த இரு வர்க்கங்களையும் அதிகார வர்க்கத்தினர் நசுக்கினர்.

வலங்கை இடங்கைப் பிரிவினர் பற்றி இன்னும் தென்னிந்திய வரலாற்றாசிரியர்களிடம் ஓர் ஒருமித்த கருத்து இல்லை. பர்டன் ஸ்டெயின் இதைப் பற்றி விரிவாகத் தம் நூலில் விளக்கியுள்ளார் (Burton Stein, 1980: 469--88). பொதுவாக வலங்கைப் பிரிவு நிலத்தை நம்பி வாழும் பல சாதிகளின் தொகுதி என்றும், இடங்கைப் பிரிவு மற்ற கைவினைகளிலும் வாணிகத்திலும் ஈடுபட்ட சாதிகளின் தொகுதி என்றும், இந்த இருபிரிவுகளும் தங்களுக்குள்ளாக எப்பொழுதும் பிணங்கி வந்தன என்றும் கருத்து நிலவுகிறது. இந்தக் கருத்து சென்ற நூற்றாண்டில் ஆங்கிலேயர் சென்னை முதலிய சில நகரங்களில் தாங்கள் கண்ட சமூகப் பிணக்குகளைப் பற்றி எழுதிய குறிப்புகளின் அடிப்படையில் எழுந்தது. இந்த நிலைமை ஓரளவு உண்மையானாலும் ஐந்து நூற்றாண்டுகளுக்கு முன்பும் இப்படிப்பட்ட நிலைமை இருந்தது என்பது வரலாற்றுக்குப் புறம்பானது. நிச்சயமாக 15ஆம் நூற்றாண்டில் வலங்கை சாதிகளும் இடங்கை சாதிகளும் தங்களுக்குள்ளாகப் பூசலிடவில்லை. அவை பெரும்பாலும் அவை அக்காலச் சமூகத்தில் கீழ்த்தட்டில் இருந்த, நேரடியாக தங்கள் உழைப்பின் மூலம் உணவையும் பிற பொருள்களையும் உற்பத்தி பண்ணின மக்கள் தொகுதிகளாக இருந்தன என்ற செய்தி திருவைகாவூர், கொருக்கைக் கல்வெட்டுகளில் குறிப்பிட்டுள்ள சாதிகளைப் பார்த்தால் புரியும்[3].

இரண்டாம் வர்க்கத்தைச் சேர்ந்தவர் காணியாளர் அதாவது காணியாட்சி உடையவர். காணியாட்சி ஒரு பொருள் அல்லது தொழில் மீது ஒருவருக்குள்ள பரம்பரை உரிமையைக் குறிக்கும். ஆனால் இச்சொல் பொ.ஆ. 13ஆம் நூற்றாண்டுச் சோழர் கல்வெட்டுகளிலும், அதற்குப் பிந்திய விஜயநகர காலக் கல்வெட்டுகளிலும் பெரும்பாலும் நில உடமையையும், நில உற்பத்தியை அனுபவிக்கும் உரிமையையும் குறித்தது (காணியாட்சி பற்றியும், சோழர் காலப் பிற்பகுதியில் சோழமண்டலத்தில் காணியாளர் பெருகியதைப் பற்றியும் அறிய

பார்க்க: நொபொரு கராஷிமா, 1995; 2017). இதனால் காணியாளர் என்பது நில உடமையாளர் அல்லது நிலக்கிழார்களைக் குறித்தது எனலாம். 13-15ஆம் நூற்றாண்டுகளில் பெரும் நிலக்கிழார்களாக இருந்த பிராமணர்களும் வெள்ளாளர்களும் பெரும்பாலும் பயிர்த் தொழிலில் நேரடியாக ஈடுபடவில்லை. உழுகுடிகளைக் கொண்டு தம் நிலங்களைப் பயிரிட்டனர்.

முதல் வர்க்கத்தில் இராசகரத்தார், வன்னியர், சீவிதக்காறர் இருந்தார்கள் எனப் பார்த்தோம். ஆடுதுறை, கீழப்பழூர் முதலிய ஊர்க் கல்வெட்டுகளைச் சேர்த்துப் பார்த்தால் உசாவடிப் பிரதானி உள்ளிட்ட அரண்மனைக்கு மிக அண்டியவர்களை இராசகரத்தார் என்ற சொல் குறித்தது எனலாம். வன்னியர் உள்நாட்டு மற்றும் வெளியிலிருந்து வந்த படைப் பிரிவினர். சீவிதக்காறர் (அல்லது ஜீவிதக்காறர்) அரசில் ஏதாவது ஒரு பணி செய்பவர் தம் வாழ்க்கைச் செலவுக்காக அரசு நிர்ணயித்த குறிப்பிட்ட ஒரு நிலப்பகுதியின் அரச வருவாயைப் பெற்றவர்கள். பெரும்பாலும் அரசின் உயர் அதிகாரிகள் இத்தொகுதியில் இருந்தார்கள்.

இந்த மூன்று வர்க்கங்களில் மிகவும் நசுக்கப்பட்ட வர்க்கம் மூன்றாம் வர்க்கமான வலங்கை இடங்கையைச் சேர்ந்த உழுகுடிகளும் கைவினைத் தொழிலாளிகளும் ஆவார்கள். ஆகவே இவர்கள் முதலில் ஒருங்கிணைந்து மற்ற இரு வர்க்கங்களுக்கு எதிராகக் கிளர்ந்தெழுந்தார்கள். வெகுவிரைவில் இரண்டாம் வர்க்கத்தினரான காணியாளர் இவர்களுக்குப் பணிந்ததுமல்லாமல் இவர்களோடு சேர்ந்து அதிகார வர்க்கத்தை எதிர்க்க முன்வந்தார்கள். சிறிது காலத்தில் கிளர்ச்சி ஓர் எதிர்ப்பு இயக்கமாகவே மாறியது எனலாம்.

இக்கிளர்ச்சி ஏற்பட்டதற்குப் பின்னணி என்ன என்பதை அறிய சில கல்வெட்டுகள் துணைபுரிகின்றன. தேவூர் (நாகபட்டினம் வட்டம்) என்ற ஊரில் உள்ள கல்வெட்டு (தெஇக. 17: 562) 1426இல் திருவாரூர் உசாவடியைச் சேர்ந்த நாட்டவருக்கு பெரிய சிருப்பரசர் என்ற விஜயநகர அரசின் ஓர் உயர் அதிகாரி கொடுத்த உத்தரவு பற்றியது. திருவாரூர் உசாவடி பழைய தஞ்சாவூர் மாவட்டத்தின் பெரும்பகுதியை உட்கொண்டிருந்தது. இக் கல்வெட்டு சிறிது சிதைந்தும் முழுமையடையாமலும் இருப்பதால் அதன் கருத்தைத் தெளிவாக அறிந்து கொள்ள முடியவில்லை. ஆனால் மையக்கருத்தை ஓரளவு ஊகித்தறியலாம். இந்த உசாவடியைச் சேர்ந்த குடிகளிடமிருந்து மல்லாயி அவ்வையார் மகமை என்ற பெயரில் வலங்கை இடங்கை

வரியை வசூல் செய்யும் உரிமையை அதிகாரிகள் ஏலத்தில் குத்தகைக்கு எடுத்ததாகவும், முதலில் அரசு நிர்ணயித்த தொகையான 200 பொன் வசூலித்ததாகவும் ஒரு சில ஆண்டுகளில் தங்களுக்குள் ஏலத்தில் போட்டியிட்டு அதை 2000 பொன்னாக உயர்த்தி விட்டார்கள் என்றும் கல்வெட்டுச் செய்தி கூறுகிறது. இவ்வளவு பெரிய தொகையைச் செலுத்தி மிகவும் அவதிப்பட்ட குடிகள் அரசுக்கு விண்ணப்பம் செய்தார்கள். அப்போதைய இளவரசன் (சிக்கதேவர்) இந்தக் குடிகளின் குறையைக் கேட்டு வரியைக் குறைத்ததாகத் தெரிகிறது. மேலே பார்த்த ஆடுதுறை முதலிய கல்வெட்டுகளில் பட்டயமொன்றை வழங்கியதாக குறிப்பிடப்படும் சிக்கரசர் இந்த சிக்கதேவர் ஆகலாம். தேவூர்க் கல்வெட்டு 1412இல் இருந்தே இந்த வரித்தொல்லை தொடங்கியதாகக் குறிப்பிடுகிறது. 1414ஆம் ஆண்டைச் சேர்ந்த கூகையூர்க் கல்வெட்டு ஒன்று (இக. *1918: 109*) அப்பகுதி நாயக்கன் ஒருவன் அவ்விடத்தில் சிறிது காலத்திற்கு முன்னால் விதிக்கப்பட்ட காணிக்கை என்ற வரியை அப்பகுதி நாட்டவர் (நிலக்கிழார்) கேட்டுக் கொண்டதன் பேரில் நீக்கியதாகக் குறிக்கிறது. இதுவும் ஏறிக்கொண்டு சென்ற வரிப் பளுவைச் சுட்டிக்காட்டுகிறது. தேவூர்க் கல்வெட்டை அடுத்து 1427-28ஆம் ஆண்டில் எழுதிய வேறு ஆறு கல்வெட்டுகள் (இக.*1912: 226* (திருவொற்றியூர்); இக.*1921: 270* (தக்கோலம்); இக.*1930: 152* (திருப்பாசூர்); தெஇக. *17: 736* (திருமுல்லைவாயில்); இக.*1913: 376* (சிதம்பரம்); இக.*1937,: 113* (திருவானைக்கா)), (பழைய) செங்கற்பட்டு, வட ஆற்காடு, தென் ஆற்காடு, திருச்சிராப்பள்ளி ஆகிய மாவட்டங்களில் குடிகள் வரிப்பளுவினால் தொல்லையுற்றதைத் தெரிவிக்கின்றன. இதில் நான்கு கல்வெட்டுகள் தமிழ்நாட்டின் வடபகுதியைச் சேர்ந்த சந்திரகிரி இராச்சியத்தில் இருந்த கோயில்களின் நிலங்களை உழுத குடிகள் இரண்டு காரணங்களால் தொல்லையுற்று ஊர்களை விட்டு வெளியேறியதாகத் தெரிவிக்கின்றன. ஒரு காரணம், அதிகாரிகள் வற்புறுத்திக் கேட்ட பல அநியாய வரிகளைச் செலுத்த இயலாமை. இரண்டாவது, கோயில் நிலங்களை சீவிதக்காறர், அதிகாரிகள், ஊரவர், தானத்தார் ஆகிய பலரும் குத்தகைக்கு எடுத்துக் கொண்ட தாகும். இந்த அவல நிலமையைச் சில பெரியவர்கள் விஜய நகரத்துக்குச் சென்று மன்னனிடம் நேரில் எடுத்துக்கூறி முறையிட்ட தாகவும், மன்னனும் வரிகளைக் குறைக்கவும், குத்தகை முறையை நீக்கவும் கட்டளை பிறப்பித்தான் எனவும் அறிகிறோம். எஞ்சிய இரண்டு கல்வெட்டுகள் சிதம்பரம், திருவானைக்கா ஆகிய கோயில்களைச் சேர்ந்தவை. இவை சந்திரகிரி இராச்சியத்தைப் போலவே வழுதிலம்பட்டு, திருச்சிராப்பள்ளி, சோழமண்டலம் ஆகிய

இராச்சியங்களிலும் இந்நிலமை இருந்தது என்பதைத் தெரிவிக்கின்றன. இந்த ஆறு கல்வெட்டுகளும் கோயில் நிலங்களைப் பற்றியதாக இருந்தாலும் மற்ற கல்வெட்டுகளைப் போல ஒரே வகையான சமூகப் பிரச்சனையைச் சித்தரிக்கின்றன.

மேலே கண்ட கல்வெட்டுகளில் கையாளப்பட்ட சில சொற்கள் இம்முரண்பாடுகள் வளர்ந்ததற்கான காரணங்களை நமக்கு ஓரளவு உணர்த்தும். குத்தகை அல்லது குத்தொகை என்ற சொல் இவைகளில் முக்கியமானது. பொதுவாக குத்தகை என்பது ஒருவர் நிலத்தை இன்னொருவர் ஒரு குறிப்பிட்ட காலவரையறைக்கு தன் உடமையாக்கி அதை உழுது பயிரிட்டு நிலத்தின் உடமையாளருக்கு ஒரு குறிப்பிட்ட தொகையோ தானியமோ கொடுத்துவரச் செய்து கொள்ளும் ஒப்பந்தமாகும். ஏறக்குறைய இதே பொருளில் அடைப்பு, நிபத்தி, சேர்வை என்ற சொற்களும் கையாளப் பட்டனவாகத் தெரிகிறது. 14, 15ஆம் நூற்றாண்டுகளில் இருந்த சூழ்நிலையில் மேல்தட்டிலிருந்தவர்களும், அதிகாரிகளும் மட்டுமே கோயில் நிலங்களையும், வேறு சில இறையில்லாத நிலங்களையும் குத்தகைக்கு எடுக்க வாய்ப்புப் பெற்றனர். இதனால் இவர்கள் பெரிய நிலக்கிழார்களாக வளர்வதற்கு வாய்ப்புக் கிடைத்தது. இக்குத்தகை முறை அதிகார வர்க்கத்தினர் உழுகுடிகளைச் சுரண்டுவதற்கும் நசுக்குவதற்கும் ஒரு சிறந்த வழியாக இருந்தது. நிலம் மட்டுமல்ல, வரிவசூல் செய்வதையும் அதிகாரிகள் குத்தகைக்கு எடுத்தார்கள் என்பதை மேற்குறிப்பிட்ட தேவூர் கல்வெட்டு உணர்த்தும்.

இக்கிளர்ச்சியின் போக்கைக் கீழ்வருமாறு தொகுத்துக்கூறலாம். விஜயநகர ஆட்சி தமிழ்நாட்டில் வேரூன்றத் தொடங்கிய ஐம்பது ஆண்டுகளுக்குள் *(1370-1420)* வரிப்பளு பொதுவாக அதிகரித்தது. பரம்பரைக் காணியாளர்களும் புதிதாக வந்த அதிகார வர்க்கத்தினரும் பல வகையில் நில உடமைகளைப் பெருக்கிக் கொண்டதோடு உழுகுடிகளையும் கைவினைத் தொழிலாளிகளையும் சுரண்டத் தலைப்பட்டார்கள். இத்தொல்லை மிகவும் வளர்ந்த நிலையில் விஜயநகர மன்னன் குடிகளின் புலம்பலுக்கு ஒரு சிறிது செவி கொடுத்தான். அதனால் சிறிது ஊக்கமடைந்த மக்கள் காணியாளரையும் அதிகார வர்க்கத்தையும் எதிர்க்கத் துணிவு பெற்றுக் கிளர்ந்தெழுந்தார்கள். இதற்குக் காணியாளர் உடனடியாகப் பணிந்தனர். அதிகார வர்க்கமும் அப்போதைக்குப் பணிந்திருக்கலாம். ஆனால் அக்கிளர்ச்சி குறுகியகால வெற்றியே கண்டது எனலாம். இதே போன்ற வரித் தொல்லை மீண்டும் சில ஆண்டுகளில் தலை காட்டியது என்பதை 1446ஆம் ஆண்டைச் சேர்ந்த திருவெண்ணைநல்லூர் கல்வெட்டு ஒன்றும்

குத்தகைத் தொல்லை நீடித்தது என்பதை 1464ஆம் ஆண்டைச் சேர்ந்த ஒரு சீரங்கம் கல்வெட்டு ஒன்றும் தெரிவிக்கின்றன (தெஇக. 4: 506). இது போன்ற கல்வெட்டுகள் இன்னும் சில இடங்களிலும் கிடைக்கின்றன (இக. 1918: 96-7, 103 (கூகையூர்), இக. 1913: 422-23 (ஆறகளூர்)). 1429ஆம் ஆண்டைய கிளர்ச்சி இடைக்கால இந்தியாவில் நடந்த ஒருசில நிலமானியக் கிளர்ச்சிகளுள் முக்கியமானது. இருப்பினும் அது ஏன் மேலும் தொடரவில்லை என்பதற்கு அக்காலச் சாதிச்சமூக முரண்பாடுகளுக்கும் வர்க்கமுரண்பாடுகளுக்கும் இடையே நிலவிய ஒவ்வாமைத் தன்மையா என்பது மேலும் ஆராயப்பட வேண்டும்.

அடிக்குறிப்புகள்

1. ஒவ்வொரு கல்வெட்டிலும் சில பகுதிகள் சிதைந்திருப்பதால் நான்கு கல்வெட்டுகளையும் ஒப்பு நோக்கி இந்தப் பாடம் பெறப்பட்டது.

2. இந்த நேரத்தில் நாயக்கன் என்பது படைத்தலைவருக்கு வழங்கப் பட்ட ஒரு அரசுப் பட்டமாகவே இருந்தது. எந்த ஒரு சாதியையும் குறிக்கவில்லை. சாதி வேறுபாடின்றி, பிராமணர் பிராமணர் அல்லாதார் ஆகிய எல்லா படைத் தலைவர்களுக்கும் அது கொடுக்கப்பட்டது. நாளடைவில் இப்பட்டம் பூண்ட பலர் குறுநில அரசுத் தலைவர்களாக (நாயக்கராட்சி) வாய்ப்பேறப்பட்டது. விஜயநகர அரசுக் காலத்துக்குப் பின்பே இச்சொல் சில குறிப்பிட்ட சாதிகளைக் குறிக்கும் சொல்லாக மாறியிருக்கவேண்டும்.

3. பின்வரும் சாதிகள் பெரும்பாலும் தொழில் அடிப்படையிலும் பொருளாதார அடிப்படையிலும் இக்கல்வெட்டுகளில் வரிசைப் படுத்தப்பட்டுள்ளன: நாட்டார், தந்தரிமார், செட்டிகள், கைக் கோளர், சேனைக் கடையார், சாலிகர், நியாயத்தார், சேணியர் மன்றாடி அல்லது இடையர், கோயிலங்காடிகள், சிவன் படவர், வாணியர், செக்கு வாணியர், கம்மாளர், கொல்லர், தச்சர், தட்டார், வன்னத்தார், குசவர், நாவிதர், வண்ணார், காவல்காறர், உழமைப் பறையர், கைவினைப் பறையர், சார்வ்வகாறர், ஈழம் புஞ்சை (ஈழவர்). பல இடங்களில் கல்வெட்டு சிதைந்துள்ளதால் எல்லா சாதிப் பெயர்களும் கிடைத்துள்ளன என்று சொல்ல முடியாது. இங்கு நாட்டார் நிலக்கிழாரையும் தந்தரிமார் படையைச் சேர்ந்தவரையும் குறிக்கும். மற்றவர் வலங்கையிடங்கைச் சாதியினராகக் கொள்ளவேண்டும்.

நோக்கு நூற்பட்டியல்

Annual Report on (South) Indian Epigraphy (AR), relevant volumes. New Delhi: Archaeological Survey of India.

Burton Stein (1980), Peasant State and Society in South India. New Delhi: Oxford University Press.

Corpus Inscriptionum Indicarum (CII), relevant volumes. New Delhi: Archaeological Survey of India.

Dirks, Nicholas B. (1987), The Hollow Crown: Ethnohistory of an Indian Kingdom. Cambridge: Cambridge University Press.

Dirks, Nicholas B. (1989), 'The Original Caste: Power, History and Hierarchy in South Asia', Contributions to Indian Sociology, Vol. 23, No. 1, pp. 55-77.

Duncan, J. & M. Derrett (1971), "Two Inscriptions concerning the Status of Kammalas and the Application of Dharmasastra'. Madras: Prof. K.A. Nilakanta Sastri 80th Birthday Felicitation Volume, pp. 32&56.

Hanumanthan K.R.(1979), Untouchability: A Historical Study upto 1500 A.D. with special reference to Tamil Nadu. Madurai: Koodal Publishers.

Hutton J.H.(1961), Caste in India. 3rd edn., Bombay.

Inden, Ronald B. (1976), Marriage and Rank in Bengali Culture: A History of Caste and Clan in Middle Period Bengal. Berkeley: University of California Press.

Inden, Ronald B. (1990), Imagining India. Oxford: Basil Blackwell.

Inscriptions (Text) of the Pudukkottai State Arranged According to Dynasties (IPS). first edn 1929, published by Pudukkottai State.

Karashima, Noboru & Y. Subbarayalu and Toru Matsui(1978), A Concordance of the Names in the Cola Inscriptions. Madurai : Sarvdaya Ilakkiya Pannai.

Karashima, N. and Y. Subbarayalu (2002), 'Ainnurruvar: A Supra-local Organization of South Indian and Sri Lankan Merchants' in N.

Karashima (ed.), Ancient and Medieval Commercial Activities in the Indian Ocean. Tokyo: Taisho University.

Karashima, N. and Y. Subbarayalu (2004), 'The Emergence of the Periyanadu Assembly in South India during the Chola and Pandyan Periods', International Journal of Asian Studies, Vol. 1, No. 1, pp. 87-103.

Karashima, N., Y. Subbarayulu and P. Shanmugam (2008), 'Nagaram during the Chola and Pandyan Period: Commerce and Towns in the Tamil Country', AD 850-1350', The Indian Historical Review, Vol. 35, No. 1, pp. 1-33.

Karashima, Noboru (1984), South Indian History and Society: Studies from Inscriptions AD 850-1800. New Delhi: Oxford University Press.

Karashima, Noboru (1992), Towards a New Formation: South Indian Society under Vijayanagar Rule. New Delhi: Oxford University Press.

Karashima, Noboru (1996), 'South Indian Temple Inscriptions: A New Approach to Their Study', South Asia: Journal of South Asian Studies, New Series, Vol. 19, No. 1, pp. 1-12.

Karashima, Noboru (forthcoming), 'Commercialisation of Paclikaval seen in the 13th and 14th century Pudukottai inscriptions.'

Karashima, Noboru, ed. (2002), Ancient and Medieval Commercial Activities in the Indian Ocean: Testimony of Inscriptions and Ceramic-sherds. Tokyo: Taisho University.

Kotani, Hiroyuki (2002), Western India in Historical Transition: Seventeenth to Early Twentieth Centuries. New Delhi: Manohar.

Ma Huan (1970), Ying-yai Sheng-lan: The Overall Survey of the Ocean's Shores. tr. and ed. J.V.G. Mills. Cambridge.

Michael Moffatt (1979), An Untouchable Community in South India: Structure and Consensus. Princeton.

Nilakanta Sastri K.A.(1955), The Colas. 2nd edn., Madras.

Sampath M.D.(1990), 'Bahur inscription of Rajendra-Chola I, Year 16' in K.V. Ramesh, S.P. Tewari and M.J. Sharma, eds., Indian History and Epigraphy: Dr. G.S. Gai Felicitation Volume, Agam Kala Prakashan, Delhi, 1990.

Sircar, D.C. (1965), Indian Epigraphy. Delhi: Motilal Banarsidass.

South Indian Inscriptions (SII), relevant volumes. New Delhi: Archaeological Survey of India.

Subbarayalu Y. (1991), Palm-leaf Records of the Tiruchirapalli District. Thanjavur: Tamil University.

Subbarayalu, Y. (2001a), 'Arasus of the Pudukkottai Region and the Nayaka System' in Kenneth R.Hall (ed.), Structure and Society in Early South India: Essays in Honour of Noboru Karashima. New Delhi: Oxford University Press.

Subbarayalu, Y. (2001b), 'Inscriptions as Sources for History', in Francois Grimal (ed.), Les Sources et le Temps (Sources and Time): A Colloqium, Pondicherry, January 1997. Pondicherry: Institut Fracais de Pondicherry and Ecole Francaise d'Extreme-Orient. pp. 229-241.

Subbarayalu, Y.(2012), South India under the Cholas. New Delhi : Oxford University Press.

Subrahmaniam, T.N., ed. (1966), Thirty Palava Copper Plates (TPCP) (Chennai: Tamil Varalatru Kazhagam).

Subrahmanya Aiyer, K.V. (1967), Historical Sketches of Ancient Dekhan (vol. II). Coimbatore: Co&operative Printing Works.

Talbot, Cynthia (2001), Precolonial India in Practice: Society, Region, and Identity in Medieval Andhra. New York: Oxford University Press.

Tanabe, Akio (2003), 'The Sacrificer State and Sacrificial Community: Kingship in Early Modern Khurda, Orissa, Seen Through a Local Ritual' in G. Berkemer and Margret Frenz (eds), Sharing Sovereignty: The Little Kingdom in South Asia. Berlin: Klaus Schwarz Verlag Berlin.

Tanabe, Akio (2005), 'The System of Entitlements in Eighteenth-century Khurda, Orissa: Reconsideration of 'Caste' and 'Jajmani System' in Pre-colonial India', Journal of South Asian Studies, Vol. 28, No. 3, pp. 345-85.

Thangavelu, G. and I. Thiyagarajan (1990), History of Sambuvarayar (HS) (in Tamil). Madras: Gopalanarayanan Memorial Educational Trust.

Thurston E.(1909), Castes and Tribes in Southern India, vol. 2. Madras.

Vanamamalai, N. (1790) "Consolidation of Feudal and Anti-feudal Struggles during Chola Imperial Rule", Proceedings of the II International Conference-Seminar of Tamil Studies, vol. III, Madras, pp. 242-43.

Vidya Dehejia (1988), Slaves of the Lord: The Path of the Tamil Saints. Delhi.

Yanagisawa H.(1996), A Century of Change: Caste and Irrigated Lands in Tamilnadu 1860s-1970s, Delhi.

ஆவணம் இதழ்.

இந்திய கல்வெட்டு ஆண்டறிக்கை *(ஆண்டு : கல்வெட்டு எண்).*

கராஷிமா, நொபொரு *(1955; 2017).* வரலாற்றுப் போக்கில் தென்னகச் சமூகம். தஞ்சாவூர்: தமிழகத் தொல்லியல் கழகம்; சென்னை : பாரதி புத்தகாலயம்.

சுப்பராயலு, எ.*(1991),* திருச்சி மாவட்ட ஓலை ஆவணங்கள். தஞ்சாவூர்: தமிழ்ப் பல்கலைக்கழகம்.

சுப்பிரமணியன், தி.நா., பதி. *(1966),* பல்லவர் செப்பேடுகள் முப்பது. சென்னை: வரலாற்றுக் கழகம்.

தங்கவேலு, கோ., தியாகராசன், இல. *(1990),* சம்புவராயர் வரலாறு. சென்னை: கோபால் நாராயணன் நினைவு கல்வி அறக்கட்டளை.

தென்னிந்தியக் கல்வெட்டுகள் *(தொகுதி எண் : கல்வெட்டு எண்).*

பின்னிணைப்பு

நானும் எனது ஆய்வுகளும்
நினைவலைகள்

நொபொரு கராஷிமா

எனது கல்விப் பணியின் குவிமையக் களம் தெற்கு ஆசியாவின் வரலாறும் பண்பாடும் ஆகும். இன்னும் துல்லியமாகச் சொன்னால் தென்னிந்தியாவின் வரலாறு. 35 ஆண்டுகளுக்கு முன்பு 1961-இல் சென்னைப் பல்கலைக்கழகம் மற்றும் இந்திய அரசின் தொல்லியல் துறையில் பட்டப் படிப்பைப் பதிவு செய்து கொள்வதற்கும் இந்தப் பாடப் பொருளைக் கற்றுக்கொள்வதற்கும் இந்தியாவிற்கு முதல் முறையாகச் சென்றேன். அந்த முறை இந்தியாவில் மூன்று ஆண்டுகள் தங்கி இருந்தேன். பிறகு இந்தியா முழுமையிலும் ஏழு ஆண்டுகளுக்கும் மேலாகச் செலவு செய்துள்ளேன்; பல முறை அடிக்கடி இந்தியா சென்று வந்துள்ளேன். இந்தியாவிற்கு அடுத்ததாக, பாகிஸ்தான், நேபாளம், இலங்கை, தென்கிழக்காசிய நாடுகளுக்குப் பலமுறை சென்று வந்துள்ளேன்.

இந்த நாடுகளுக்கு நான் சென்றபோது, குறிப்பாக இந்தியாவுக்குச் சென்றபோது, நான் இந்திய வரலாற்றை ஏன் ஆய்வு செய்கிறேன் என்று பலரும் பலமுறை என்னிடம் கேட்டு உள்ளனர். மிகப் பலமுறை இந்தக் கேள்வி கேட்கப்பட்டதால், இந்தக் கேள்விக்கு இருவிதமான பதிலைத் தயார் செய்து கொண்டேன். எமக்கு நேரம் இருக்கிறது அல்லது இல்லை என்பதைப் பொறுத்தும், அவன் / அவள் கேள்வி கேட்கும் முறையைப் பொறுத்தும் நான் பதில் சொல்லும் முறையைத் தேர்ந்து கொள்வேன். சரி, உங்களுக்கு முதலாவது வகைப் பதிலைச் சுருக்கமாகச் சொல்லுகிறேன்.

எனது குடும்பம் கல்வி மேம்பாடு பெற்றிருந்த குடும்பம் ஆகும். என்னுடைய தாயினுடைய தந்தை சீன இலக்கியத்தில் நிபுணத்துவம்

பெற்றிருந்தார்; தோக்கியோ பல்கலைக்கழகத்தில் இலக்கியத் துறையில் கற்பித்து வந்தார். என்னுடைய தந்தை அவருடைய மாணவர்; **1945** வரை கெய்ஜோ அரசப் பல்கலைக்கழகத்தில் கற்பித்து வந்தார். என் தந்தை சீனாவின் சமகால இலக்கியத்தில் நிபுணத்துவம் பெற்றவர். அவர் லூ சுன்னுக்கு சிறந்த நண்பரும் ஆவார். இந்த மாதிரியான வீட்டுச் சூழ்நிலைமையால், என் தந்தையினுடைய பணியைப் பின்தொடர்ந்து சீன இலக்கியத்தைக் கற்றுக் கொள்வதில் நான் இயல்பாகத் திறமை பெற்றிருந்தேன். ஆயினும், இது எனக்கு ஆர்வத்தைத் தூண்டவில்லை, என் தந்தையின் பாதையை வெறுமனே அடியொற்றிச் சென்றேன். ஆகவே கொஞ்சம் என் பாடப்பொருளை யாவது மாற்றிக் கொள்ள நான் முடிவு செய்தேன். சீனாவிற்குப் பதிலாக இந்தியாவையும் இலக்கியத்திற்குப் பதிலாக வரலாற்றையும் தேர்ந்தெடுத்தேன். இவ்வாறே இந்திய வரலாற்று ஆய்விற்கு வந்தடைந்தேன்.

மிகப் பெரும்பாலோர் இந்தப் பதிலில் நிறைவடைந்து விடுவர். இது பொய்யான கதை ஒன்றும் இல்லை, ஆதலால் இதை அவர்கள் ஏற்பர். ஆயினும் இந்தத் துறையை ஏன் தேர்ந்தெடுத்தேன் என்பதை இந்தப் பதில் முழுமையாக விளக்கவில்லை. ஆகவே, அதிக நேரம் இருந்து, பதிலை ஆர்வமாக அறிந்து கொள்ள விரும்பும் நபரையும் கண்டால், கீழ்வரும் விரிவான பதிலைச் சொல்லுவேன்.

நான் உயர்நிலைப் பள்ளியில் படித்துக் கொண்டிருந்த போது, ஆசிய வரலாற்றில் ஆர்வம் காட்டத் தொடங்கினேன். இயல்பாகவே, கல்லூரியில் கீழைத்தேய வரலாற்றில் நிபுணத்துவம் பெற்றேன். ஆயினும் ஆசியா என்பது உண்மையில் உள்ளதா என்ற கேள்வி பற்றி நான் யோசிக்கத் தொடங்கிய போது, இந்த விடயப் பொருளை ஆய்வு செய்யத் தொடங்கினேன். நாம் மேற்கத்தியர் அல்லர், ஆகவே நாம் ஆசியர் என்று அழைக்கப்படுகிறோம். எதிர்மறையாக ஆசியா கருத்தாக்கம் உருவாக்கப்பட்டு உணரப்பட்டாலும் நாம் அதைத் தவிர்க்கவில்லையே ஏன்? உலகின் இந்தப் பகுதிக்கு மேற்கத்தியர்கள் வந்து சேர்ந்த உடனே ஆசியா கருத்தாக்கம் பிறந்து விட்டது; மேற்கிற்கு எதிராக ஆசியா உள்ளது - ஆசியர்களிடமிருந்து, அதாவது நம்மிட மிருந்து தானாகவே ஆசியா கருத்தாக்கம் ஏன் பிறக்கவில்லை என்பது பற்றி நான் யோசித்தேன்.

இது உண்மையாக இருந்தாலும், நமது கடந்த காலத்தில் நடந்தது என்ன? வரலாற்றைப் பின்னோக்கிப் பார்த்தால், ஆசியா என்று அழைக்கப்படும் பகுதியில், பண்டைக் காலத்தில் இரு முதன்மையான

நாகரிகங்கள் உள்ளன என்று தோன்றுகிறது. ஒன்று சீன நாகரிகம், இதனுடைய வரலாற்றுக்கு உரியதாகவே ஜப்பானும் உள்ளது. மேற்குடன் நெருங்கிய உறவுடைய இசுலாமிய நாகரிகத்தை விலக்குவதற்கு நாம் அனுமதிக்கப்பட்டால், பிறகு உள்ள மற்றொரு நாகரிகம் இந்திய நாகரிகம். தென்கிழக்கு ஆசியர்கள் பிற்காலத்தில் தம் சொந்தப் பண்பாட்டுத் தனித்துவத்தை வளர்த்துக் கொண்டார்கள் என்றாலும், பண்டை காலத்தில் இந்திய அல்லது சீன நாகரிகத்தின் செல்வாக்கிற்கு உட்பட்டவர்களாக இருந்தனர்.

மேலும் நான் சொல்லுவேன், சீனா மிகவும் செழிப்புற்றிருந்த நீண்ட காலத்தில் சீன நாகரிகத்தின் செல்வாக்கின் கீழ் ஜப்பானியர்கள் வாழ்ந்தனர். சீன இலக்கியம் பற்றிய ஆய்வு எனது குடும்பத்தின் பணியாக இருந்தது, எனவே நான் தனிப்பட்ட முறையில் பிற நாடுகளை விட சீனாவை நன்கு புரிந்துகொண்டுள்ளேன் என்றும், மிக நெருக்கமாக உணர்கிறேன் என்றும் உணர்ந்தேன். மறுபுறம், பௌத்தத்தைத் தவிர, இந்தியாவைப் பற்றிய எதையும் நான் அறியவில்லை. இந்தியச் சமூகம், மக்கள் வாழ்வு, அதனுடைய வரலாறு பற்றியெல்லாம் எனக்கு ஒன்றும் தெரியாது. இந்தியாவில் புத்த மதம் வீழ்ந்து போனதும் இந்த மோசமான நிலைமையை உருவாக்கியது என்று சொல்லப்படுகிறது.

ஆகவே, இந்திய வரலாற்றை ஆராய்ந்தால், சீனாவுடன் இந்திய நாகரிகத்தை ஒப்பிட முடியும், ஆசியா என்றால் என்ன? என்ற என்னுடைய கேள்விக்குப் பதிலைக் கண்டடைவதற்கான திறனைப் பெறமுடியும் என்று நான் எண்ணினேன். மேற்கத்திய நாகரிகம் உருவாக்கத்திலிருந்து வேறுபட்டிருக்கும் இந்த இரு நாகரிகங்களிடையே சில பொது அம்சங்களை நான் கண்டறிய முடிந்தால், அந்த அம்சங்களால் நாம் ஆசியர்கள் ஆகலாம். இந்த வழியில் நேர்மறையான அர்த்தத்தில் ஆசியா என்ற கருத்தாக்கம் குறித்த வரையறையை உருவாக்க முடியும் என்று நான் நம்பினேன். ஆகவே, இந்திய வரலாற்றைக் கற்றுக் கொள்ளத் தொடங்கினேன்.

ஒரு முக்கியமான விசயம், மிக ஆரம்பத்திலிருந்தே இவ்வாறு தருக்கப்பூர்வமாக நான் யோசிக்கவில்லை. ஆயினும், இந்தப் பாடப்பொருளை முதன்மையானதாக எவ்வாறு தேர்ந்தெடுத்தேன் என்பதை இது ஓரளவு விளக்குகிறது. மிகப் பெரும்பாலோர் இந்த விளக்கத்தை ரசிப்பார்கள். அத்துடன் மிகப் பலர், பிறகு என்ன நடந்தது என்று கேட்பார்கள். சீன, இந்திய நாகரிகங்களிடையே நான் பொதுவான அம்சங்களைக் கண்டுபிடித்து விட்டேனா என்றோ, நேர்

மறையான அர்த்தத்தில் ஆசியாவை வரையறுக்க முடிந்ததா என்றோ கேட்பார்கள்.

பிற்காலத்தில் அந்தக் கேள்விக்குப் பதில்பெற வேண்டும் என்பது பற்றி நான் யோசிக்கவில்லை என்பதால், இதற்கு மேல் சிக்கலுக்கு உள்ளாவேன். இப்போது, நான் இந்திய வரலாற்றின் ஒரு பகுதியை மட்டுமே ஆய்வு செய்துகொண்டிருப்பதால், விரைவில் பதில் பெறும் திறனைப் பெறவில்லை என்று நான் நினைத்துக் கொண்டேன். ஆயினும், யாராவது என் பாதையில் பின்தொடர்ந்து மேலும் சென்று, எனக்காகவும் அந்தப் பதிலைக் கண்டடைய முடியும் என்று நான் நம்புகிறேன். இதுவே நான் கேள்விக்குப் பதில் சொல்லும் இரண்டாவது முறை. ஆனால் இதுவும் ஆசிய வரலாற்றில் எவ்வாறு ஆர்வம் கொண்டேன் என்ற மிக முக்கியமான விடயத்தைத் தவற விட்டுள்ளது. இன்று, இந்த விடயம் பற்றி இந்த விழாவில் பேச விரும்புகிறேன்.

அது என்னுடைய சுய அடையாள உருவாக்கத்துடன் தொடர்பு கொண்டதாக உள்ளது, கதை என்னுடைய குழந்தைப் பருவத்திற்குச் செல்கிறது. 1945 ஆகஸ்ட்டில் இரண்டாம் உலகப் போரின் முடிவின் போது, நான் ஆறாம் வகுப்பு மாணவனாய் இருந்தேன். விமானத் தாக்குதலால் தோக்கியோவில் இருந்த வீடு எரிந்து போனதால், எனது குடும்பம் பிரிந்து போனது. என்னுடைய குடும்பத்தினர் சிலர் தோக்கியோவிலிருந்து துரத்தப்பட்டோம். இறுதியாக, கோடை காலத்தில் நாங்கள் காமகுராவில் சிறிய வீட்டை வாடகைக்கு எடுத்தோம். நான், எனது அக்கா, பெற்றோர் ஆகிய நால்வரும் மீண்டும் ஒன்றாக வாழத் தொடங்கினோம்.

போருக்குப் பிறகு, அமெரிக்க ஆக்கிரமிப்புப் படைகள் ஜப்பானுக்குள் நுழைந்தன என்பதை நீங்கள் அறிவீர்கள். காமகுராவிலும்கூட எண்ணற்ற ஆக்கிரமிப்பு வீரர்களை நாங்கள் பார்த்தோம். அந்தக் காலத்தில், சாக்லெட்டுகளைப் பெறுவதற்கு வீரர்கள் பின்னால் ஓடுவார்கள். நானும்கூட பலமுறை இனிப்புகளைப் பெற்றுள்ளேன். இதற்கு முன் நாங்கள் அவர்களைப் பார்க்கவில்லை யாதலால், குழந்தைகளான எங்கள் மீது அந்த அமெரிக்க வீரர்கள் வலுவான தாக்கத்தைச் செலுத்தினர்.

அடுத்து வந்த வருடத்தில், நான் இளையோர் உயர்நிலைப் பள்ளியில் சேர்ந்தேன். ரொம்ப காலத்திற்குப் பிறகு, நாங்களாகவே முடிவு செய்து நானும் எனது அக்காவும் தோக்கியோ போனதை நான்

நினைவுகூர்கிறேன். தோக்கியோ போவதற்கு யோகோசுகா ரயில் பாதையை அடைய வேண்டும். ஆனால் அந்த நேரத்தில் மிகச் சில ரயில் சேவைகளே இருந்தன. அந்த ரயில்களிலும் எப்போதும் பயணிகள் நிரம்பி வழிந்தனர். சன்னல் வழியாகக் கூட மக்கள் ரயிலில் ஏறவும் இறங்கவும் செய்த அந்தக் காலத்தில் இது ஒன்றும் அதிசய மில்லை. இரண்டாம் வகுப்பு இருக்கை பயணச் சீட்டுகள் வாங்கு மளவுக்கு எங்கள் அம்மா பணம் கொடுத்திருந்த போதிலும், தனது இரு குழந்தைகளும் தனியாக தோக்கியோவுக்குப் பயணம் செய்யப் போகிறார்கள் என்பது குறித்து எனது தாயார் மிகுந்த கவலைப்பட்டார் (அன்றைய இரண்டாம் வகுப்பு இருக்கை இன்றைய ஜப்பான் ரயில்வேயின் பசுமை வண்டி இருக்கைகளுக்கு இணையானது). காமகுரா நிலையத்தில் நடைமேடையின் மீது வந்த இரண்டாம் வகுப்புப் பெட்டியில் நானும் என் அக்காவும் ஏறிவிட்டோம்.

இரண்டாம் வகுப்புப் பெட்டி மிகுந்த கூட்டமாக இருந்தது. யோகோசுகாவிருந்து தோக்கியோ சென்ற அல்லது யோகோசுகாவி லிருந்து விடுப்பில் சென்ற படைவீரர்கள் நிரம்பி இருந்தனர். இந்த நிலைமையால் தூண்டப்பட்டு, எனது அக்காவை இறுகப் பற்றிக் கொள்ள முயன்றேன். வெள்ளைக் கூட்டத்திலிருந்து வெளிவந்த வந்த ஒரு வெள்ளைக் கரம் என்னை ரயிலிலிருந்து வெளியே தள்ள முயன்றது. ஆக்கிரமிப்பு வீரருடைய அந்தக் கரம் நான் மேலும் உள்ளே நகர்வதை விரும்பவில்லை. அவனும் பிற வீரர்களும் என்னுடைய அக்காவைப் பற்றிக் கொள்ள முயன்றனர், அதே வேளையில் அந்தக் கரம் என்னை வெளியே தள்ள முயன்றது.

அந்தக் கரம் யாருடையது என்று நான் பார்க்கவில்லை, ஆயினும் அந்தப் பெரிய வெள்ளைக் கரத்தை நான் மறக்கவே இல்லை. அதனுடைய கரடுமுரடான பிடியையும் அச்சத்தையும் இப்போதும் உணர்கிறேன். யாருடைய நிலத்தில் நின்று கொண்டு இந்த வீரர்கள் யாரை ரயிலிலிருந்து வெளியே தள்ள முயல்கிறார்கள்? அவர்கள் எல்லாம் மேற்கத்தியர்கள். வெள்ளையனாக இல்லாத நான் யார்? அந்த நேரத்தில் தருக்கபூர்வமாக நான் யோசிக்கவில்லை. ஆனால் பிறகு ஆசியாவின் வரலாற்றுக்கு முதன்மையாக இட்டுச் சென்ற அந்த முதல் கேள்வி என்னுள் எழுந்தது.

போர் முடிவின் கடுமையான விளைவுகள் ஆக்கிரமிப்புப் படை என்பதோடு மட்டும் நின்றுவிடவில்லை. சேவுலில் இனிய வாழ்க்கை நடத்திய எனது குடும்பம் முற்றிலும் வேறுபட்ட வாழ்க்கையை எதிர் கொண்டது. சில கடுந்துன்பங்களைக் கடந்து மீண்டும் தோக்கி

யோவுக்குத் திரும்பியது. இது என்னை மிகப் பெரிய அதிர்ச்சிக் குள்ளாக்கியது. எனது குடும்பத்திற்கு நேர்ந்ததை நான் கண்டதன் வழியாக மாபெரும் மாற்றம் சமூக முரண்பாடுகளில் நிகழ்ந்ததை நான் உணர்ந்தேன் என்று தோன்றுகிறது. இதனாலேயே நான் சமூகத்தின், வரலாற்றின் பொறிமுறையை வெளிப்படுத்துவதில் அக்கறை கொண்டேன் என்று நம்புகிறேன். மேலும் இளையோர் உயர்நிலைப் பள்ளியிலும், உயர்நிலைப் பள்ளியிலும் வரலாற்றில் என் ஆர்வத்தை வளர்த்தெடுத்த சிறந்த ஆசிரியர்கள் கிடைக்கப் பெற்றேன்.

உறுதியாக, பல்கலைக்கழகத்தில் கீழைத்தேய வரலாறு கற்றுக் கொள்ளுதல் குறித்து தயக்கம் காட்டிய வேளைகளும் இருந்தன. எப்படியாயினும் ஏன் கீழைத்தேய வரலாற்றை எனது பாடப் பொருளாகத் தேர்ந்தெடுத்தேன் என்பதை இது ஓரளவுக்கு விளக்கும். ஆசியா என்றால் என்ன? என்ற கேள்வி இன்னும் என்னிடம் உள்ளது என்றே சொல்லுவேன். மேலும் கல்விப் பணியை நீங்கள் மேற்கொள்ளும் போது, நீங்கள் மிகக் குறுகிய பகுதியில் மட்டுமே கவனம் செலுத்த முடியும். என் வாழ்க்கையில், அது தென்னிந்தியாவின் இடைக்கால அரச வம்சமாக இருந்தது. எனது பட்ட ஆய்வேடு, தென்னிந்தியாவின் அரச வம்சங்களில் ஒன்றான சோழ அரச வம்சம் பற்றியது ஆகும். அறிவியல்பூர்வமான ஆராய்ச்சியில் அடி மேல் அடி வைத்துதான் நீங்கள் முன்னேறிச் செல்ல முடியும். றெக்கை கட்டிப் பறந்தால் ஒழிய, நீங்கள் விரைவான முன்னேற்றத்தை அடைய முடியாது.

ஜப்பானில், இந்திய ஆய்வு பற்றி நீங்கள் நோக்கும்போது, அது பெரும்பாலும் இந்தியத் தத்துவம், சமஸ்கிருத இலக்கியம், பௌத்தம் பற்றிய ஆய்வாக அர்த்தப்படுத்தப்பட்டது. இந்தக் களங்களில் எமது முன்னோடிகள் உயர்ந்த தரமான ஆய்வுகளை மேற்கொண்டனர். பௌத்த நாடாக இருப்பதால், ஜப்பான் செவ்வியல் சீன மொழியில் மொழிபெயர்க்கப்பட்ட பௌத்த இலக்கிய ஆய்வின் நீண்ட பாரம் பரியத்தைப் பெற்றுள்ளது. மற்றொரு புறம், ஜப்பானில் இந்திய வரலாறு, சமூகம் பற்றிய ஆய்வு போர் முடிந்த பிறகே தொடங்கியது. 1950களில், இந்தியாவுக்கு எமது மூத்த ஆய்வாளர்கள் செல்லத் தொடங்கிய போது இது ஆரம்பமானது.

என்னுடைய பட்ட ஆய்வேட்டில், தென்னிந்திய அரச வம்சம் குறித்து எழுதுவதைத் தேர்ந்தெடுத்தேன். அந்த நேரத்தில், வட இந்திய வரலாறு குறித்து ஆய்வு மேற்கொண்ட மூத்த ஆய்வாளர்கள் இருந்தார்கள், ஆயினும் ஜப்பானில் தென்னிந்திய வரலாறு குறித்து ஆய்வு செய்தவர் எவருமில்லை. எவ்வாறாயினும், வட இந்தியாவுக்கும்,

தென்னிந்தியாவுக்கும் இடையே மொழிரீதியாகவும் பண்பாட்டு ரீதியாகவும் பெரும் வேறுபாடு உள்ளது. இந்திய வரலாறு, பண்பாடு ஆகியவற்றை முழுமையாகப் புரிந்துகொள்வதற்கு தென்னிந்தியா மிகுந்த முக்கியத்துவம் வாய்ந்தது என நான் எண்ணினேன். இதைச் செய்ய வேறு ஒருவரும் இல்லாத நிலையில், நானே தென்னிந்திய ஆய்வை மேற்கொள்ள முடிவு செய்தேன்.

அந்தக் காலத்தில், சென்னைப் பல்கலைக்கழகத்தில் பணியாற்றிய பேராசிரியர் நீலகண்ட சாஸ்திரி தென்னிந்திய வரலாறு பற்றிய புலமை அதிகாரம் பெற்றவராகவும் அந்தக் களத்தில் மாபெரும் சாதனைகள் புரிந்தவராகவும் இருந்தார். ஆயினும் வட இந்தியா அளவுக்கு தென்னிந்திய வரலாறு ஆய்வு செய்யப்படவில்லை. ஆகவே இன்னும் அறியப்படாத பல உண்மைகள் இருக்கவே செய்தன. மிகக் குறுகிய காலத்திலேயே, சீனாவில் இருந்த அரச வம்சம் பற்றிய விவரண ஏடு களோடு ஒப்பிடக்கூடிய, பண்டைக் காலத்திலும், இடைக் காலத்திலும் தென்னிந்தியா பற்றிய வரலாற்று எழுத்து ஆவணங்கள் இல்லை என்பதையும், இந்து கற்கோவில்களின் சுவர்களில் பொறிக்கப்பட்ட கல்வெட்டுகள் மட்டுமே ஒரே ஆதாரங்கள் என்பதையும் நான் உணர்ந்து கொண்டேன். எண்ணற்ற கல்வெட்டுகள் முற்றிலும் சிதைந்து விட்டன என்பதையும், பெரும்பாலான கல்வெட்டுகள் தமிழில் எழுதப்பட்டன என்பதையும் நான் தெரிந்து கொண்டேன். இந்த வழியில், தமிழ் அரச வம்சமான சோழர்க் குடியின் வரலாற்றை ஆய்வு செய்யத் தொடங்குவதற்காக நான் தமிழ் படித்தேன்.

தோக்கியோ பல்கலைக்கழகப் பட்டப்படிப்புப் பள்ளியில் முனைவர் பட்டத்தில் சேர்ந்த பிறகு, ஆய்வு மாணவனாகச் சென்னைப் பல்கலைக்கழகத்திற்கு நான் சென்றேன். ஏற்கனவே பேராசிரியர் நீலகண்ட சாஸ்திரி ஓய்வு பெற்றுவிட்டார். முதலாம் ஆண்டு சென்னைப் பல்கலைக் கழகப் பட்டப்படிப்பு மையத்தில் நான் செலவு செய்தேன், அடுத்த இரண்டு வருடங்கள் தென்னிந்தியாவின் ஊட்டிமலையில் இருந்த, இந்திய அரசாங்கத்தின் தொல்லியல் ஆய்வுத் துறையின், கல்வெட்டியல் ஆய்வு அலுவலகத்தில் தங்கி இருந்தேன். பண்டைய, இடைக்கால அடிப்படை வரலாற்று ஆதாரங்கள் கல்வெட்டுகளே ஆகும். ஆகவே அந்தக் கல்வெட்டுகளைப் படிப்பதற்கான பயிற்சி இல்லாமல், தென்னிந்தியா பற்றிய வரலாற்று ஆய்வை மேற்கொள்வது சாத்தியமற்றது. கல்வெட்டைப் படிப்பதற்கான பயிற்சி பெறுவதற்குக் கல்வெட்டியல் அலுவலகம் சிறந்த நிறுவனம் ஆகும்.

கல்வெட்டியல் அலுவலகம் தன்னுடைய ஆய்வாளர்களை உள்ளூர்ப் பணிகளுக்கு அனுப்பியது. அந்த ஆய்வாளர்களுடைய முதன்மைப் பணி உள்ளூர்க் கற்கோவில்களின் சுவர்களில் பொறிக்கப் பட்ட கல்வெட்டுகளைப் படித்து, அவற்றைப் படியெடுத்தலும் ஆய்வுப் பணிகளுக்கு அடிப்படையான பாடநூல்களை உருவாக்குதலும் ஆகும். அந்தக் காலத்தில், அங்குத் திறன் வாய்ந்த பல இளம் ஆய்வாளர்கள் இருந்தனர். அவர்களின் ஆர்வமும் ஆற்றலும் அந்த இடம் முழுவதும் நிரம்பி வழிந்தது. அந்தச் சூழலை நான் மிகவும் விரும்பினேன், இரண்டு வருடங்களுக்குப் பக்கமாக அங்கு தங்கி இருந்தேன். ஆய்வு களை மேற்கொண்டேன். கூடுதலாக, 2400 மீட்டர் கடல் மட்ட உயரத்தில் இருக்கும் ஊட்டி நகரத்தில் அந்த அலுவலகம் அமைந் திருந்தது. அங்கு குளிர்ந்த சூழல் நிலவியது. வழக்கமாகக் கடுமையான வெப்பம் நிலவும் தென்னிந்தியாவில் வாழ்வதற்கு இந்த இதமான காலநிலை என்னை எளிதாகப் பழக்கப்படுத்தியது.

இரண்டு ஆண்டுகள், அந்த நிறுவனத்தில் நடந்த எல்லா நடவடிக்கையிலும் நான் பங்கேற்றேன். மூத்த ஆய்வாளர்கள் புதியவற்றை இளையோர்களுக்கு அறிமுகப்படுத்தினர். அவர் களிடையே நடந்த விவாதங்கள் வழியாக எண்ணற்ற கருத்துகளை இளைய ஆய்வாளர்கள் பரிமாறிக் கொண்டனர். 1969 இல், இந்தியாவில் ஆய்வு செய்வதற்கு நான் மற்றொரு வாய்ப்பைப் பெற்றேன். இந்த முறை என்னுடைய குடும்பம் என்னுடன் தங்கியது. மூன்று வருடங்களில் இரண்டு வருடங்கள் கல்வெட்டியல் அலுவலகத்தில் தங்கி இருந்தேன். சில காரணங்களுக்காக, அந்த அலுவலகம் ஊட்டியிலிருந்து மைசூருக்கு மாற்றப்பட்டது. அதுவும் மேட்டுநிலம், இனிதாக வாழப் போதுமான அளவுக்கு குளிர்ந்த கால நிலை உடையது. அலுவலக ஊழியர்கள், அக்கம்பக்கத்தில் வசித்த வர்கள் எல்லாம் எங்களிடம் அளவு கடந்த அன்பு காட்டினார்கள். குறைந்தது பத்து மாதங்களாவது இங்கு வசித்திருப்போம். அப்போது எங்களது இரண்டாம் மகன் பிறந்தான்; 70 வயது முதிர்ந்த எனது தாயாரும் எங்களுடன் வந்து வசித்தார். என்னுடைய மனைவியும், அம்மாவும் இவர்களை விட்டுச் செல்லக் கூடாது என்றார்கள்.

பின்னர், நான் கல்வெட்டியலாளர்களில் ஒருவனாகக் கருதப்பட்டு வந்தேன். இந்தியாவின் முதன்மையான கல்வெட்டியலாளர்கள், அவர்களுடைய சக பயணிகளில் ஒருவனாக என்னை நடத்தினார்கள். கல்வெட்டியல் அலுவலகத்தில் ஆய்வு மேற்கொண்ட மேலான அனுபவத்தை வழங்கியமைக்காக நான் கடன்பட்டுள்ளேன். 1975இல்,

இந்தியாவின் கல்வெட்டியல் சங்கம் நிறுவப்பட்டது. 1985இல் நடந்த அதனுடைய பதினொன்றாவது கூட்டத்தில், நான் தலைமை ஏற்றுப் பணியாற்றினேன். அந்த ஆண்டு ஜனவரியில் நடைபெற்ற 21ஆவது கூட்டத்தில் நான் கௌரவப்படுத்தப்படும் ஆய்வாளனாகத் தேர்ந்தெடுக்கப்பட்டேன். பண்டைக்காலத்தில் எழுதுவது போன்று பட்டயத்தின் மீது எனது சாதனைகள் பொறிக்கப்பட்ட செப்புப் பட்டயம் வழங்கப்பட்டது. இந்தியக் கல்வெட்டியலாளர்களின் மேலான 30 ஆண்டு கால நட்புரிமைக்காக நான் ஆழமாகக் கடன் பட்டுள்ளேன். அதே வேளையில், நான் ஒரு அந்நியன் என்பதற்காக ஒதுக்காமல் என்னை அரவணைத்துக் கொண்ட அவர்களின் பெருந்தன்மையை நான் பெரிதும் மதிக்கிறேன். இது பெரும் மதிப்புமிக்கது என்றும் நான் கருதுகிறேன்.

அடிப்படையில் நான் ஒரு வரலாற்றியலாளன். ஆகவே கல்வெட்டுகளை எவ்வாறு பயன்படுத்துவது, எவ்வாறு அவற்றைப் படித்து, வரலாற்று ஆதாரங்களாகப் புரிந்துகொள்வது என்பது பற்றி அதிகமாக நான் ஆர்வம் காட்டினேன். சோழ அரச வம்சத்திலிருந்து விஜயநகர முடியரசு காலம் வரை அல்லது 9ஆம் நூற்றாண்டிலிருந்து 16ஆம் நூற்றாண்டு வரை எவ்வாறு தென்னிந்தியச் சமூகம் வளர்ச்சி யடைந்துள்ளது என்பதை தெரிந்துகொள்வதற்குச் சமூகப் பொருளாதார வரலாற்றின் வினவுபொருள்களை ஆய்வு செய்தேன். தேர்ந்தெடுக்கப் பட்ட ஒன்று அல்லது இரண்டு கல்வெட்டு வாசகங்களைக் கொண்டு சில பேசுபொருள்கள் பற்றி விவாதித்துக் கொண்டிருந்த மரபார்ந்த கல்வெட்டியல் ஆய்வுமுறைக்கு மாறாக, அந்தக் காலக் கல்வெட்டுக்கள் அந்தக் காலம் பற்றி 'முழுமையாக' என்ன சொல்லுகின்றன என்பதைப் பார்ப்பதற்குப் புள்ளியியல் ஆய்வு முறையை நான் அறிமுகம் செய்தேன். எனது சக இந்திய ஆய்வாளர்களுடன் இணைந்து நான் ஆய்வு மேற்கொண்டேன். முன்பு அவ்வளவாகக் கவனிக்கப்படாத பல மெய்மைகளைக் கண்டுபிடிப்பதற்குப் புதிய ஆய்வு முறை எங்களுக்குப் பயன்பட்டது.

சமூக வளர்ச்சியை ஆராய்வதில், நில உரிமை முறையை முதன்மையாகக் கைகொண்டு சமூக மாற்றத்தை ஆராய்வதை நான் தேர்ந்தெடுத்தேன். பிறகு, அந்தக் காலத்தின் மக்களுடைய சிந்தனை முறை, வாழ்க்கை முறை ஆகியவற்றில் கொஞ்சம் கொஞ்சமாக ஆர்வம் காட்டத் தொடங்கினேன். சாதிகளிடையே நடந்த போராட்டங்கள் குறித்தும், இந்தியாவிற்குக் கொண்டு செல்லப்பட்ட சீன பீங்கான்கள், உணவுப் பொருட்கள் குறித்தும் ஆய்வு செய்தேன்.

வரலாற்று ஆய்வுகள் பண்டைய காலம் குறித்து கவனம் செலுத்தினாலும், அவை தொடக்கப் புள்ளியாக நிகழ்காலத்தைக் கொள்ளவேண்டும் என்ற நோக்குநிலையையே நான் கைகொண்டேன். ஆகவே, பல்கலைக்கழகங்களில் நடந்த விரிவுரைகளிலும் ஆய்வரங்குகளிலும் இந்தியாவிலும் இலங்கையிலும் உள்ள சாதி, இனச் சிக்கல்கள் போன்ற வினவுபொருள்களையே பலமுறை நான் தேர்ந்தெடுத்துக் கொண்டேன்.

என் மனைவியும் நானும் இந்தியப் பண்பாட்டின் ஒரு கூறான குழம்பு வகை பற்றி ஒரு புத்தகம் எழுதியுள்ளோம். குழம்பு வைப்பதில் தேர்ச்சி பெற்ற பேராசிரியர் கராஷிமா என்பதைக் குறிக்கும் ஓசிம்போ என்ற பிரபல ஜப்பானிய கார்டூனாக நான் தோன்றியுள்ளேன். ஜப்பானிய கறி வகையிலிருந்து இந்தியக் குழம்பு வகை வேறுபட்டது. என்னுடைய பார்வையில், இந்தியக் குழம்பு வகை தாவரங்களின் அல்லது பருவகாலத்தில் விளைபவற்றின் கலவையாகச் சமைக்கப் படுகிறது. இது ஜப்பானிய சோயா கஞ்சிக்கு இணையானது ஆகும். என்னுடைய அறிவியல்பூர்வமான ஆய்வுப்பொருள் இந்தியாவில் எப்போது, எவ்வாறு குழம்பு வகை கண்பிடிக்கப்பட்டது என்று நோக்குவது ஆகும். இன்று இந்த ஆய்வுப்பொருள் விரிவாக விவரிப் பதற்குப் போதுமான நேரம் எனக்கு இல்லை என்பதால் நான் தயங்கு கிறேன். ஆயினும் இந்த வினவுபொருள் பற்றி ஆராய்வதற்கு மிக முக்கியமான ஆதாரங்கள் தமிழ்க் கல்வெட்டுகள் என்பதை மட்டும் குறிப்பிட விரும்புகிறேன்.

பீங்கான் பற்றிப் பேசுகையில், 9ஆம் நூற்றாண்டில் ஏற்றுமதி செய்வதற்காகப் பீங்கான் களிமண்ணைச் சீனா உற்பத்தி செய்யத் தொடங்கியது. பீங்கான் ஜாடியின் துண்டுகள் கொரியா, ஜப்பான், தென்கிழக்கு ஆசிய நாடுகளில், ஏன் எகிப்து உள்ளிட்ட தென்மேற்கு ஆசிய நாடுகளிலும்கூட கண்டுபிடிக்கப்பட்டுள்ளன. இங்கு ஃபுகுஓகா, கோரோகான் அல்லது அரச விருந்தினர் மாளிகை ஆகியவை உயர்ந்த வகை பீங்கான் ஜாடி துண்டுகள் கண்டுபிடிக்கப்பட்டதற்காக நன்கு அறியப்பட்டவை. இதற்கு மாறாக, பல வகையான பீங்கான் துண்டுகள் இந்தியாவில் கண்டுபிடிக்கப்படவில்லை. இது சாப்பிடுதல், அருந்துதல் ஆகியவற்றில் உள்ள அசுத்தம்(தீட்டு) பற்றிய இந்துமத நம்பிக்கையுடன் சில வகையில் உறவு கொண்டது. கல்லறை கட்டும் வழக்கமும் இல்லை. ஆயினும், 13, 14ஆம் நூற்றாண்டிற்குப் பிறகு, இந்தியாவில் இசுலாமிய அரசுகள் உருவான பிறகும் கடல்வழியான பட்டுப் பாதைகள் நன்கு பயன்படுத்தத் தொடங்கிய பிறகுமான

காலத்தைச் சேர்ந்த எஞ்சியுள்ள அரண்மனைகளிலும், துறைமுக நகரங்களிலும் பீங்கான் ஜாடிகள் கண்டுபிடிக்க முடியலாம் என நான் எண்ணினேன். இந்த நம்பிக்கை அடிப்படையில் சக இந்திய ஆய்வாளர்களுடன் சேர்ந்து நான் ஆய்வு மேற்கொண்ட போது, நாங்கள் பெருமளவிலான சீன பீங்கான் துண்டுகளைக் கண்டுபிடிப்பதில் வெற்றியடைந்தோம்.

பண்டைய காலத்திலும் இடைக்காலத்திலும் தெற்கு ஆசியாவிற்கும் தென்கிழக்கு ஆசியாவிற்குமிடையே நிலவிய உறவை "மறுஆய்வு" செய்வதற்கு என் தலைமையில், சீன பீங்கான் ஜாடி, கடல்வழியான பட்டுப் பாதை ஆகியவை பற்றித் தொடர் ஆய்வுகள் மேற்கொள்ளப் பட்டன. பண்டைய தென் கிழக்கு ஆசியாவிற்கு இந்தியப் பண்பாடு, குறிப்பாக இந்து மதமும், பௌத்த மதமும் பரவியுள்ளது, இது அந்தப் பகுதியின் சமூக வளர்ச்சியில் பங்களிப்புச் செய்துள்ளது என்ற உண்மை நன்கு அறியப்பட்டதே. ஆயினும் கடந்த கால ஆய்வுகளில், தென் கிழக்கு ஆசியா பற்றிய ஆய்வாளர்கள் பெரும்பாலும் சங்கடமான முறையில், தென்கிழக்கு ஆசியா என்பதற்கு மாறாக 'அகண்ட இந்தியா' என்ற சொல்லையோ அல்லது தென் கிழக்கு ஆசிய நாடுகளைக் குறிக்க 'இந்தியக் குடியேற்றங்கள்' என்ற சொல்லையோ பயன்படுத்தி, அத்தகைய உறவு ஒருபக்கப் பாங்கிலானதாக நோக்கினர்.

உண்மையில், பண்பாட்டுப் பரிமாற்றமோ, பரவலோ ஒருபக்கப் பாங்கிலானதாக இருக்க முடியாது. தென்கிழக்கு ஆசியாவின் பண்பாடு இந்தியாவின் மீதும் கூட தாக்கம் செலுத்தியது என உறுதியாக நம்பு கிறேன். எடுத்துக்காட்டாக, 8ஆம் நூற்றாண்டில் ஜாவாவில் கட்டப் பட்ட போரோபுடுர் பௌத்த ஆலயம் மிகவும் சிறப்பு வாய்ந்தது, இந்தியாவில் அதே நூற்றாண்டில் அதற்கு இணையான கட்டடக் கலையைக் கண்டுபிடிக்க முடியாது. கம்போடியாவின் அங்கோர் இடிபாடுகள் அதே மாதிரியான 12ஆம் நூற்றாண்டைச் சேர்ந்த இந்திய நினைவுச் சின்னங்களைவிட மிகப் பெரியது. இந்த மெய்மைகளை அடிப்படையாகக் கொண்டு, பண்டைய மற்றும் இடைக்காலங்களில் தெற்கு ஆசியா மற்றும் தென்கிழக்கு ஆசியா இடையே நிலவிய உறவுகளை 'மறுமதிப்பீடு' செய்ய, ஜப்பானின் கல்வி அமைச்சகத்தின் உதவியுடன் நான் சர்வதேச ஆய்வுத் திட்டம் ஒன்றை உருவாக்கினேன். கடந்த நான்கு ஆண்டுகளாக, எனது சக இந்திய ஆய்வாளர்களும் நானும் ஒரு சர்வதேசக் குழுவை உருவாக்கி, தென் கிழக்கு ஆசிய நாடுகளில் உள்ள நினைவுச் சின்ன எச்சங்களைப் பார்வையிட்டு உள்ளோம்.

போருக்கு முந்தைய காலத்தில், தென்கிழக்கு ஆசியாவில் இந்தியப் பண்பாடு குறித்த ஆய்வுகளை முதன்மையாக பிரெஞ்சு, டச்சு ஆய்வாளர்களே மேற்கொண்டனர். ஆயினும் போருக்குப் பிறகு, இந்த வகையான அறிவியல்பூர்வ ஆய்வுகளை, சுதந்திரம் பெற்ற இந்தியா மற்றும் தென்கிழக்கு ஆசிய நாடுகள் தொடர்ந்து மேற்கொள்ளவில்லை. இதன் விளைவாக, இந்தியா பற்றிய ஆய்வுப் புலமையாளர்கள் தென் கிழக்கு ஆசியாவில் தொடர்ந்து கவனம் பெறவில்லை. தென்கிழக்கு ஆசியா பற்றிய ஆய்வுப் புலமையாளர்கள் இந்தியாவில் தொடர்ந்து கவனம் பெறவில்லை. குறிப்பாக, சமஸ்கிருதம் அல்லது தமிழில் எழுதப்பட்டிருக்கும் பண்டைய இந்தியக் கல்வெட்டுகள் - இம்மாதிரியான கல்வெட்டுகள் தென்கிழக்கு ஆசியாவிலும் உள்ளன - குறித்த ஆய்வுகள் மேலோட்டமானதாக மாறத் தொடங்கின. இத்தகைய சூழலே, என்னை ஒரு சர்வதேச ஆய்வாளர்கள் குழுவை உருவாக்குவதற்கு இட்டுச் சென்றது. என்னுடன் இந்தியாவின் முதன்மையான ஆய்வாளர்கள் தென்கிழக்கு ஆசியாவைக் கவனத்தில் எடுத்துக்கொண்டனர். இந்த வகையான செயல்பாடுகள் ஆய்வுப் பணித் தொடர்ச்சியில் புதிய அலை உருவாவதற்கு ஊக்குவிக்கும் என நான் நம்புகிறேன்.

எனது கல்வித்துறைசார் வாழ்க்கை பற்றி நான் பேசப் போகிறேன். எனக்கு அந்த விசயங்கள் மிகத் தெளிவானவை. வட இந்தியாவிலிருந்து மொழி அளவிலும் பண்பாட்டு அளவிலும் வேறுபட்ட தென்னிந்தியாவின் வரலாற்றை ஆய்வு செய்வதன் மூலம் முழுமையாக இந்தியப் பண்பாட்டைப் புரிந்துகொள்ள நான் முயன்றேன். தென்கிழக்கு ஆசியாவின் மீது ஆர்வம் கொண்டு, பேராசிரியர் தாத்சுரோ யமமோடோ (தோக்கியோ பல்கலைக்கழகத்தின் முதுநிலைப் பேராசிரியர் மற்றும் ஜப்பான் கல்விக்கழகத்தின் உறுப்பினர்) வழிகாட்டுதலில் பல்கலைக் கழகத்தில் ஆய்வு செய்தேன், அவர் என் மீது மிகப்பெரிய தாக்கம் செலுத்தினார். ஆயினும், இரு பண்பாடுகளிடையே உள்ள ஒருங்கிணைவு மற்றும் மோதல் பற்றிய எனது ஆழ்ந்த ஆர்வத்திலிருந்தே தென் கிழக்கு ஆசியாவில் இந்தியப் பண்பாட்டின் செல்வாக்கு பற்றிய எனது ஆர்வம் தோன்றியது என நான் எண்ணுகிறேன். பண்பாட்டு மோதலிலிருந்து புதிய பண்பாடு எழுகிறது என்ற மெய்மையால் நான் ஈர்க்கப்பட்டுள்ளேன்.

முன்பு அமெரிக்க ஆக்கிரமிப்புப் படைவீரரின் வெள்ளைக் கரம் பற்றி நான் குறிப்பிட்ட போது, எழுந்த "ஆசியா என்றால் என்ன?" என்ற எனது கேள்வி, மேற்கு மற்றும் கிழக்கு ஆகிய இரு வேறுபட்ட

பண்பாடுகளிடையே நிகழ்ந்த மோதலிலிருந்தே தோன்றியது. அந்தக் கேள்வி என்னுடைய மனதின் ஆழத்தில், என் மீது இன்னும் செல் வாக்குச் செலுத்திக் கொண்டிருக்கிறது. ‘ஆசியா’வை நன்கு புரிந்து கொள்வதற்கு இந்தியப் பண்பாட்டுடன் சீனப் பண்பாட்டை ஒப்பிடு வதற்கு என்னைத் தூண்டியது என்று கருதுகிறேன். அதே வேளையில், ஆசியாவிற்குள் நிகழ்ந்த பண்பாட்டுத் தொடர்புகளை ஆராய்வதன் மூலம் ஆசியாவைப் புரிந்துகொள்வதற்கு நான் முயன்று வருகிறேன். ஆராய்வதற்கு ஒரு வழிமுறையாக, பண்டைய காலத்தில் தென் கிழக்கு ஆசியாவிற்கு இந்தியப் பண்பாட்டின் பரவல், அக்கால இன மோதுகைகள் போன்ற பண்பாட்டு மோதல்களை வரலாற்றில் ஆய்வு செய்வதற்கு எடுத்துக்கொண்டேன்.

“ஆசியாவிற்குள் வேறுபட்ட பல பண்பாடுகள் நிலவுகின்றன, ஆனால் பண்பாடுகளிடையே நிகழ்ந்த ஊடாட்டங்கள் அல்லது மோதல்களிலிருந்து சில ஒத்த பண்புகள் எழுந்துள்ளன”. மோதல்கள் அல்லது ஊடாட்டங்கள் வழியாக “ஆசியா” இருப்புக்கு வந்திருக்கும் என்பதே உண்மையாக இருக்கலாம் என்பதையே வெளிப்படுத்து வதற்கு நான் முயன்றேன். ஆசியப் பகுதிக்குள் நிகழ்ந்த பண்பாடு களிடையேயான தொடர்பு மோதல்களாகவும் இருந்திருக்கலாம் அல்லது மேற்குடன் முரண்பட்டதிலிருந்தும் ஆசியா துளிர்விட்டிருக்க முடியும். முதல் பார்வையில் மோதல்கள் எதிர் மறையானவையாகத் தோன்றலாம், ஆனால் எதிர்மறையான மோதல்களின் விளைவாகக் கூட சில புதிய விடயங்கள் தோன்றலாம். எதிர்மறை நிகழ்வு நேர்மறை யானதாக உருமாற்றம் அடையும் செயலே பண்பாட்டுப் படைப்பு ஆகலாம்.

எளிமையாகச் சொன்னால், இதுவரை எனது இடைக்கால அறிக்கை அல்லது எதிர்பார்ப்பு பற்றி நான் விவாதித்தேன். ஆயினும், இன்று உங்களிடையே பேசியதன் வழியாக, ஆசியா என்றால் என்ன? என்னும் என்னுடைய நீண்ட காலக் கேள்விக்குப் பதிலை நான் கண்டு பிடித்து விட்டேன் என்று நான் உணர்கிறேன். ஃபுகுஒகா ஆசியப் பண்பாட்டு விருது என்னும் மதிப்பை நல்கியதற்கும் இந்த விழாவில் பேசுவதற்கு வாய்ப்பு வழங்கியதற்கும் என்னுடைய ஆழ்ந்த நன்றி யறிதலை வெளிப்படுத்த விரும்புகிறேன். என்னுடைய பணியை மேலும் தொடர்வதற்கும், இன்று நான் பெற்ற ஆழ்நோக்கு அடிப் படையில் ஆசியா பற்றிய மிக இனிய சித்திரத்தை வரைந்து காட்டு வதற்கும் என்னை அர்ப்பணித்துக் கொள்வதற்கு நான் விரும்புகிறேன்.

இதுவரை என்னுடைய உரையைக் கேட்டதற்காக உங்கள் அனைவருக்கும் நன்றி...!

ஃபுகுஒகா விருதை ஜப்பானுடைய ஃபுகுஒகா நகராட்சியும் யோக்கடோப்பீயா நிறுவனமும் இணைந்து வழங்கி வருகின்றன. இவ்விருது பெரும் விருது, கல்விசார் விருது, கலை மற்றும் பண்பாட்டுச் செயல்பாட்டுக்கான விருது என மூன்று தரமானவை. தென்னிந்திய ஆய்வில் நிகழ்த்திய சாதனைகளுக்காகவும் ஆசியாவின் முதன்மையான வரலாற்றியலாளராக விளங்கியமைக் காகவும் நொபொரு கராஷிமாவுக்கு ஃபுகுஒகா கல்விசார் விருது 1995 ஆம் ஆண்டு வழங்கப்பட்டது. அவ்விருது வழங்கும் விழாவில் ஆற்றிய உரை இது. நினைவுகூர்தல் உரை (Commemorative Lecture) என்று ஆங்கிலத்தில் தலைப்பிடப்பட்ட இவ்வுரைக்கு 'நானும் எனது ஆய்வுகளும்: நினைவலைகள்' என்னும் தலைப்பு மொழிபெயர்ப்பாளரால் கொடுக்கப்பட்டது. ராமசந்திர குகா, பார்த்தா சட்டார்ஜி, ரொமிலா தாப்பார் முதலான இந்திய ஆய்வாளர்களும் இவ்விருதைப் பெற்றுள்ளனர்.

***

நூலாசிரியர்களைப் பற்றிய குறிப்பு

நொபொரு கராஷிமா (1933-2015) தென்னிந்தியாவைப் பற்றிய மிக முக்கியமான அயலக வரலாற்று ஆய்வாளர். சோழர் காலக் கல்வெட்டுகளையும் விஜயநகர காலக் கல்வெட்டுகளையும் சிறப்பாய்வுப் புலமாகக் கொண்டு தென்னகத்தில் நிலவுடைமை, சமூக உருவாக்கம், அரசு உருவாக்கம் பற்றி குறிப்பிடத்தகுந்த ஆய்வுகளைச் செய்துள்ளார்; இதுதொடர்பாகத் தாய்மொழியான ஜப்பானிய மொழியிலும், ஆங்கிலத்திலும் பல கட்டுரைகளையும் நூல்களையும் எழுதியுள்ளார்; பல நூல்களைக் கூட்டாகவும் தனியாகவும் பதிப்பித்துள்ளார். இவர் ஜப்பான் உயர்க் கல்வி நிறுவனங்களில் இந்தியவியல் பேராசிரியராகப் பணியாற்றியுள்ளார்; இந்தியக் கல்வெட்டியல் கழகத்திலும், உலகத் தமிழ் ஆய்வுக் கழகத்திலும் தலைவராகப் பொறுப்பேற்றுப் பணியாற்றியுள்ளார்.

குறிப்பிடத்தகுந்த நூல்கள்:

இந்திய வரலாற்றில் கிராமச் சமூகங்கள் பற்றிய ஆய்வுகள், 1976 (பதிப்பாசிரியர், ஜப்பானிய மொழியில்).

இந்தியாவை அறிமுகப்படுத்தல், 1976 (பதிப்பாசிரியர், ஜப்பானிய மொழியில்).

சிந்துவெளி நாகரிகம், 1980 (இணை ஆசிரியர், ஜப்பானிய மொழியில்).

இந்திய உலக வரலாற்றுருவம், 1985 (பதிப்பாசிரியர், ஜப்பானிய மொழியில்).

தென்னாசியா கலைக்களஞ்சியம், 1992 (பொதுப் பதிப்பாசிரியர், ஜப்பானிய மொழியில்).

திராவிட உலகம், 1994 (பதிப்பாசிரியர், ஜப்பானிய மொழியில்).

Ancient to Medieval: South Indian Society in Transition (2010).

A Concise History of South India: Issues and Interpretations (2014).

A Concordance of Nayakas: The Vijayanagar Inscriptions in South India (2002).

Towards a New Formation: South Indian Society under Vijayanagar Rule (1992).

South Indian History and Society: Studies from Inscriptions AD 850-1800 (1984).

எ. சுப்பராயலு (1940) தென்னிந்தியா பற்றிய மிக முக்கியமான தமிழக வரலாற்று ஆய்வாளர். இவர் சோழர் காலக் கல்வெட்டுகளையும் விஜயநகர காலக் கல்வெட்டுகளையும் சிறப்பாய்வுப் புலமாகக் கொண்டு தென்னகத்தில் அரசியல் நிலவியல், நிலவுடைமை உருவாக்கம், சமூக உருவாக்கம், அரசு உருவாக்கம் பற்றி குறிப்பிடத் தகுந்த ஆய்வுகளைச் செய்துள்ளார். அத்துடன் தமிழ்ப் பிராமி, தமிழக வணிக வரலாறு பற்றியும் முக்கியமான ஆய்வுகளைச் செய்துள்ளார். இதுதொடர்பாகத் தமிழ் மொழியிலும், ஆங்கிலத்திலும் பல ஆய்வுக் கட்டுரைகளையும் நூல்களையும் எழுதியுள்ளார்; கருவி நூல்களைத் தயாரித்துள்ளார்; கல்வெட்டுகளைப் பதிப்பித்துள்ளார்; பல நூல்களை கூட்டாகவும் தனியாகவும் பதிப்பித்துள்ளார். இவர் மதுரை காமராசர் பல்கலைக் கழகத்திலும் தஞ்சாவூர் தமிழ்ப் பல்கலைக்கழகத்திலும் வரலாற்றியல், கல்வெட்டியல் பேராசிரியராகப் பணிபுரிந்துள்ளார்.

குறிப்பிடத்தகுந்த நூல்கள்

South India under the Cholas (2012).

A Concordance of the Names in the Chola Inscriptions (1978) [Co-authors: N.Karashima and Toru Matsui].

Political Geography of the Chola Country (1973).

இடைக்காலத் தமிழகத்தில் நாடுகளும் ஊர்களும் (2014) [கௌ. முத்துசங்கர், பா. பாலமுருகன் ஆகியோருடன் இணைந்து].

தமிழ்க் கல்வெட்டுச் சொல்லகராதி - 2 தொகுதிகள் (2002, 2003).

திருச்சி மாவட்ட ஓலை ஆவணங்கள் (1991).